Ngọn Đèn

NGỌN ĐÈN
Tiểu thuyết – Thảo Trường

Nhân Ảnh tái bản 2024

ISBN: 9798330434824

Bìa: Uyên Nguyên Trần Triết
Trình bày: Công Nguyễn

THẢO TRƯỜNG

NGỌN ĐÈN

Tiểu Thuyết

TÁI BẢN

2024

NHÂN ẢNH

Lời Nhà Xuất Bản

- *NGỌN ĐÈN* và *MÉ NƯỚC* đã phát hành lần đầu ở Sài Gòn trước năm 1975.
- *NGỌN ĐÈN* do KCN in năm 1970.
- *MÉ NƯỚC* do nhà xuất bản Đồng Tháp in năm 1971.
- *NGỌN ĐÈN* do Nxb Nhân Ảnh tái bản năm 2024.

Ngọn Đèn

Thằng Túy ngồi bó gối nhìn ra dòng xe cộ chạy nườm nượp ngoài đường. Đôi mắt nó thỉnh thoảng lại dõi tìm từ phía hai đầu đường. Sự chờ đợi của nó bao giờ cũng là hình ảnh một người nào đó dắt xe.

Túy thật tinh ranh. Những kinh nghiệm có được sau mấy tháng làm tại đây khiến cho nó có thể đón được những mối hàng từ đàng xa đang tới.

Suốt dọc con đường này Túy biết không thêm một người nào cạnh tranh nghề nghiệp với nó. Nguồn lợi của nó có thể nhất định được trong một đoạn đường dài này.

Túy làm nghề sửa xe gắn máy và vá ép ruột xe. Phần nhiều thì công việc của nó chỉ là vá ép. Ít người dám giao xe cho Túy sửa chữa. Có nhiều người bị hư máy xe nhưng khi đi ngang qua gốc cây chỗ Túy bày đồ nghề, họ dừng lại thở nhìn Túy chăm chú rồi lại lắc đầu ì ạch dắt xe đi tiếp. Túy chạy theo năn nỉ:

– Cháu sửa được mà cậu.

Có người tần ngần ngó lại Túy hoài nghi. Túy tấn công tiếp:

– Cháu sửa chì lắm, sửa hoài mà. Căn lửa. Nghẹt xăng. Điều chỉnh xú bắp. Cháu làm được hết.

Thấy khách lưỡng lự, Túy bồi thêm:

– Cậu dắt đi còn xa cả cây số nữa mới có tiệm. Cháu sửa bảo đảm là được.

Cũng có người nghe Túy tán tỉnh dễ dãi quẹo giao xe cho Túy tháo ra. Nhưng phần đông đều gạt mồ hôi đẩy chiếc xe đi tiếp. Họ lắc đầu nói:

– Giao xe cho "ông nội" làm sao mà tin được. Lợn lành chữa thành lợn què thì chết tôi. Bố phá xe ra rồi bắt đền ai đây.

Túy vẫn chạy theo khách hàng:

– Cháu bảo đảm mà.

– Bảo đảm! Mày mà bảo đảm được gì. Tao còn chịu không sửa được mày nhóc con sức mấy.

Những lần như thế Túy thất vọng trở lại ngồi bó gối chờ đợi.

Khởi đầu đi vào nghề này Túy chẳng biết một tí gì về máy xe thật. Nhưng vì thương mẹ và lanh lợi, Túy đã ngỏ ý xin mẹ mua lại cho nó hộp đồ nghề của ông già sửa xe ở gốc cây này. Ông ta đã bị một chiếc xe hơi đang chạy dưới đường chồm lên cán chết.

Trước đó Túy thường lân la ra đây xem ông già làm việc. Nó học lóm được một vài công việc như tháo vỏ ruột, chà giấy nhám và bôi keo, đốt lò và ép. Những công việc vá ép này Túy làm được ngay.

Nhưng còn sửa chữa máy móc thì Túy chỉ mò mẫm tháo đại ra làm thử. Nó biết được vài cách thức tháo bu di cạo sửa. Tháo bơm xăng ra rửa ráy lau chùi. Nó làm theo như nó thấy ông già trước đây làm.

Cũng có lần Túy đã sửa được. Cũng có lần cu cậu tháo ra loay hoay một hồi không những không sửa được mà còn không lắp vào được khiến khách hàng trở thành thợ luôn, họ chửi thề địt bố đéo bà ầm ĩ.

Ông khách phải xắn tay áo lắp đỡ lại máy rồi hầm hầm dắt xe ra đi. Túy láu cá:

– Cháu quen sửa loại xe Nhật nhưng hiệu khác. Loại xe này cháu chưa quen.

Khi người khách đi rồi, Túy hú hồn nhìn quanh.

Nhưng rồi nghề dạy nghề. Dần dần Túy đã có thể sửa được những hư hỏng thông thường. Ngoài tiền kiếm được về vá ép, thỉnh thoảng nó cũng làm được một mối sửa xe.

Nhưng khách hàng thì vẫn rất ít người dám giao xe cho Túy sửa. Có lần Túy mời phải ông khách lần trước Túy đã không lắp lại được xe cho ông ta, người khách lườm Túy:

– Bộ mày định hại tao thêm lần nữa sao?

Túy ngó kỹ thì mới nhận ra ông khách cũ. Cu cậu nham nhở chạy theo.

– Hôm nay cháu rành rồi mà cậu.

Người khách còn tức tối cái vụ lần trước quay lại chửi thề:

– Oắt con đừng lộn xộn mày. Ông đá bỏ mẹ bây giờ.

Túy thấy ông khách hung hăng, cu cậu cụt hứng đứng tần ngần nhìn theo một khách hàng đã không còn tín nhiệm nơi mình.

Nó định bụng sẽ phải ráng học cho thật giỏi thật rành mọi cách sửa chữa và sẽ có dịp nào đó nó biểu diễn cho ông khách này biết tài.

Túy nghĩ rằng nếu như nó gây được tín nhiệm nơi khu này, nó có thể kiếm được khá tiền mang về cho mẹ.

Bây giờ trông nhờ vào vá ép không thôi, mỗi ngày Túy chỉ làm được một hai trăm. Hôm nào khá lắm được ba trăm. Có ngày chỉ vá được hai miếng tám chục bạc.

Túy biết rằng nhà nó sáu miệng ăn. Bố nó chết không để lại của cải gì mà còn bị mất đi nguồn lợi tiền lương hàng tháng. Mẹ nó không biết buôn bán mà cũng chẳng có nghề nghiệp.

Bà ta đang nhờ người xin cho đi làm công nhưng chưa được. Thằng Chín anh nó, lớn nhất trong nhà thì chẳng chịu làm gì cả. Chín năm nay mười sáu, hơn Túy ba tuổi, Chín suốt ngày đàn đúm với tụi con trai hàng xóm đi rong chơi, có về nhà là moi móc tiền bạc của mẹ mang đi tiêu xài. Túy thương mẹ bất bình với anh nhưng bao giờ dám nói động đến Chín. Nói động tới Chín nó đánh thấy mẹ. Túy còn ba đứa em nữa. Con Thám mười một tuổi. Con Gấm tám tuổi. Và thằng Út ba tuổi. Từ ngày bố chết chẳng ai biết làm gì ra tiền.

Túy biết thế nên nó đã xin mẹ mua cho bộ đồ nghề của ông già sửa xe, chiếm chỗ hành nghề này luôn và dần dần Túy đã gần như thay thế được người chủ trước ở chỗ này.

Lúc đầu khi Túy đề nghị, người mẹ bán tín bán nghi nhìn con. Thấy vậy Túy quả quyết:

– Nhà ông già bán mớ đồ chỉ có ngàn bạc. Mẹ mua cho con. Con cam đoan làm được. Mỗi ngày con sẽ kiếm mang về cho mẹ một hai trăm.

Người đàn bà nhìn nét mặt nghiêm trang của đứa con thứ nhì, bà ta cảm động thấy nỗi lo âu của nó trước vấn đề sinh sống của gia đình. Nỗi lo âu đã đến quá sớm với con bà.

Với tuổi đó nó còn phải được đi học vậy mà chúng đã phải bỏ dở hết từ khi cha nó chết. Cả mấy đứa đều học trường tư lấy đâu ra tiền.

Bà chưa lo được tiền ăn cho lũ con lấy đâu cho chúng đi học. Đã vậy thằng Túy lại còn cảm thông hoàn cảnh gia đình, nó biết lo kiếm tiền về cho bà. Người đàn bà nhìn con ái ngại:

– Mà làm sao con lãnh được những việc đó.

Túy tròn mắt quả quyết:

– Mẹ đừng lo. Con nói làm được là làm được. Dễ lắm. Rồi Túy kể cho mẹ nghe những lần nó la cà xem ông già sửa xe làm việc, nó khoe thành tích học lóm được trong những cơ hội trước đây. Người mẹ nhìn thằng con hăng hái thì cảm động, bà ta nói:

– Thôi để mẹ cứ mua đại cho con. Liệu lo vá ép cũng được, kiếm được trăm nào đỡ trăm đó. Mẹ xin được đi làm các con lại tiếp tục đi học.

Thế là Túy nghiễm nhiên trở thành thợ sửa xe gắn máy tại lề đường này.

Hôm đầu tiên dọn đồ nghề ra đây, chưa kiếm được mối nào đã bị Cảnh sát đuổi. Nhưng Túy cũng đã có kinh nghiệm về vụ này.

Trước đây ông già cũng đã thường bị đuổi. Túy cũng đã có lần dọn đồ chạy cảnh sát hộ ông ta. Phía sau lưng là bức tường của một công sở, khi thấy xe tuần tiểu cảnh sát từ đằng xa, chỉ việc liệng đồ đạc vào trong bức tường. Cảnh sát đi qua rồi lại vào lấy ra bầy biện như cũ. Bữa đầu tiên hành nghề Túy nhác thấy chiếc xe cảnh sát cũng làm theo như ông già liệng đồ nghề ở phía sau bức tường hết.

Nhưng xe cảnh sát cũng dừng lại, một người trên xe nhìn Túy hồi lâu rồi bước xuống hỏi:

– Ai cho phép mày làm ở đây?

Túy tỉnh khô:

– Dạ đâu có.

Người cảnh sát gật gù cười rồi chỉ chậu nước thử ruột còn nằm dưới gốc cây nói:

– Nhóc đóng kịch yếu lắm con ạ. Mày cũng học đòi bắt chước tỉnh khô như mấy kép hát trong đài truyền hình bên kia sao. Nếu mày qua mặt được tao thì mày nên sang bên đó đóng kịch được đó. Kiếm tiền ngon hơn. Nhưng còn lâu con ạ. Muốn sống thì bỏ chỗ này đi chỗ khác làm ăn. Mày dọn qua chiếc cầu kia là sang khu vực khác, không phải khu vực của tao nữa, mày muốn làm gì thì làm.

Túy nhìn theo tay người cảnh sát chỉ về phía cầu, thằng nhỏ gãi tai:

– Nhưng bên đó cũng có thầy khác. Không có thầy thì có thầy khác cũng đuổi vậy.

Người cảnh sát nạt:

– Nhưng ở bên đó thầy khác chịu trách nhiệm, không ăn nhằm gì tới tao. Mày làm ở đây lỡ xếp tao thấy là tao bị nạo. Mày hiểu chưa.

Túy thấy người cảnh sát này cũng có vẻ không khó khăn lắm, nó nói:

– Thôi thầy cứ lờ đi cho con. Hễ con thấy xe thầy hay xe của bất cứ thầy nào con cũng dẹp đồ hết.

Người cảnh sát lắc đầu:

– Nhóc này khôn ạ. Mày nói ngon lắm. Mày cũng

phân biệt được ai đi công vụ ai đi qua đây không thôi. Mày hiểu thế nên mày chỉ chạy khi thấy xe tuần tiễu, còn mày tỉnh bơ ngồi đây, rồi lỡ tao bị báo cáo xếp "nạo" tao mày có cần biết đâu.

Túy lại gãi tai:

– Dạ, con mang ơn thầy mà con đâu dám ẩu.

Người cảnh sát nhìn quanh chợt hỏi:

– Mà mọi khi chỗ này của một ông già, ông ấy bị xe cán chết sao mày chiếm chỗ người ta.

Túy nói láo:

– Dạ, ổng là bố con, ổng chết con phải bỏ học đi làm kiếm tiền nuôi mấy đứa em. Thầy thấy đó, toàn đồ nghề của ông già hôm trước.

Người cảnh sát im lặng, ông ta nhìn Túy hồi lâu rồi chậm rãi:

– Thiệt hả? Thiệt ông ấy là bố mày?

Túy giả bộ mếu máo:

– Dạ, bố con chết rồi! Người ta cán bố con chết mà chả có thường đồng bạc nào. Dạ tụi con không có ai nuôi. Dạ thầy thương.

Người cảnh sát ngó bâng quơ ra ngoài đường. Túy mừng thầm trong bụng. Ông ta có vẻ cảm động. Túy tiếp:

– Dạ con còn ba đứa em nhỏ không ai nuôi. Con phải thôi học...

Người cảnh sát nhăn nhó nhìn Túy. Ông ta bước ra xe nói lớn:

– Mày mà còn bày đồ nghề ra đây tao bắt mày về bót nghe.

Túy "dạ" nhỏ. Nó có kinh nghiệm nếu cảnh sát muốn

bắt, ông ta sẽ vào moi mớ đồ nghề trong bức tường kia và xách tai Túy tống lên xe. Khi cảnh sát chỉ nói miệng dù là la rầy dọa nạt chỉ có nghĩa là ông ta bằng lòng bỏ qua nhưng phải liều liệu mà tránh mặt.

Túy đợi cho người cảnh sát đi rồi, đi xa rồi nó mới trèo qua bờ tường vào quăng từng món đồ ra ngoài. Túy còn kiếm một tờ báo cũ trong thùng rác để sẵn bên chậu nước. Nó thêm kinh nghiệm phải che cả chậu nước khi cảnh sát đi ngang cho ông ta bằng lòng.

Yên được một bề, Túy còn ngoại giao với ông gác dan trong công sở ở đó và những người trong căn nhà cư xá kế cận, những nơi mà Túy thường phải quăng đồ nghề vào để nhỡ khi có Cảnh sát đi qua. Với ông gác dan Túy đã nói từ trước:

– Hôm nào xe của bác có hư hay bể ruột bác cứ bảo cháu sửa cho. Khỏi lo.

Ông gác dan cười hề hề:

– Tao có đi đến đâu mà hư xe hư cộ. Có đứa con gái tao đó, nó có cái Honda nhưng phần nhiều nó hư xe ở ngoài phố, không lẽ nó dắt về đây cho mày sửa mày vá hộ à.

Túy cười cầu tài:

– Phải cái cô mặc mi ni gối đó không bác?

Ông gác dan tròn mắt hỏi Túy:

– Mày nói gì? Mi ni gối là làm sao?

Túy giảng giải:

– Dạ. Đó là cái váy ngắn đó bác. Các cô ấy bây giờ mặc đầy đường đầy xá. Cháu sửa xe cho họ hoài. Bữa hôm nọ có một cô đi xe té ngửa ra đường. Té ngay chỗ này đây. Cái váy đã ngắn trên đầu gối lại còn ngoác ra thêm. Cả phố nhìn cô ta lồm cồm bò dậy cười làm cô ta xấu hổ muốn "lặn" luôn.

Ông già gác dan càu nhàu:

– Bộ mày mang những chuyện bù khú đó ra kể cho tao nghe sao? Tao hỏi mày nói mi ni gối là gì? Tiếng kỳ cục vậy?

Túy nhe răng cười:

– Thì nó ngắn trên đầu gối, cháu gọi là mi ni gối cho tiện.

Ông già gác dan chửi:

– Mẹ mày! Bày đặt lắm chuyện. Bộ mày cũng vẫn nói con gái tao mặc mi ni gối sao?

Túy gãi tai:

– À cô ấy thì khác. Cô con gái bác mặc mi ni váy hẳn hòi.

Ông già gác dan bập bập điếu thuốc trên miệng cằn nhằn:

– Mày lắm chuyện lắm. Coi chừng tao đuổi không cho mày ngồi đây nghe.

Túy cười nhe răng.

– Bác phúc hậu như vậy đâu có đuổi cháu.

Ông già cười hề hề. Thấy thằng bé lém lỉnh, ông ta hỏi thăm:

– Mày nói phải nuôi mẹ nuôi em, vậy một ngày mày kiếm bao nhiêu? Có đủ không?

Túy đánh đu người lên cánh cổng sắt:

– Sức mấy mà đủ được. Cháu làm tạm được đồng nào hay đồng đó. Rồi mẹ cháu phải đi làm chứ. Mẹ cháu đang xin việc.

Vừa lúc đó có một người Mỹ dắt xe gắn máy đi tới.

Bên cạnh là một cô gái mặc váy. Túy đập tay ông già gác dan chỉ ra nói:

– Bác trông kìa, tôi có mối rồi. Mối Mỹ chắc sộp lắm.

Nói rồi, Túy chạy bay ra lề đường. Nó nhìn cái vỏ xe xẹp lép nói với cô gái đi theo người Mỹ:

– Vá ép cô.

Cô gái nhìn theo thằng Túy, Túy chỉ vào đống đồ nghề của mình nơi gốc cây. Cô gái nói sao đó với người Mỹ chỉ thấy người Mỹ nhìn Túy cười.

Túy đoán chừng là họ không tin ở công việc của nó nên nói ngay:

– Tôi làm ở đây lâu lắm rồi mà cô. Bảo đảm chì lắm. Cô gái quay sang xí xô với người Mỹ một hồi người Mỹ dắt xe vào lề đường. Ông ta dựng xe lên rồi nhấc chiếc nón an toàn trên đầu xuống úp trên yên xe. Túy nhanh nhẹn lấy đồ nghề tháo bánh. Nó làm thật mau. Người Mỹ móc thuốc hút. Túy đã bơm căng ruột xe và bắt đầu thử nước. Người Mỹ và cô gái đứng sát vào nhau.

Túy liếc nhìn và cúi xuống dò tìm chỗ lủng. Người Mỹ đỡ cô gái ngồi lên chiếc yên xe, ông ta đứng dưới quàng tay ôm lấy cô gái. Hai người ăn kẹo cao su. Cô gái đưa cho Túy một thỏi. Túy đưa tay lên cầm. Cô gái giật lại:

– Tay em ướt sũng nước bẩn vậy, thôi để chị bỏ túi cho.

Túy ưỡn ngực về phía trước, cô gái liệng thỏi kẹo vào chiếc túi áo trận của nó.

Khi Túy chế dầu vào lò, nó móc chiếc bật lửa trong túi ra quẹt mãi không lên lửa. Người Mỹ móc bật lửa của ông ta cúi xuống châm lửa hộ Túy. Túy nhe răng cười với khách. Người Mỹ nói gì đó, cô gái nói lại với Túy:

– Nó nói em dễ thương lắm.

Túy nhoẻn miệng cười, rồi nó hỏi lại cô gái:

– Ông ấy biết nói tiếng Việt không?

Cô gái lắc đầu, Túy kể:

– Bữa trước tôi gặp một cha Mỹ, tôi tưởng nó không biết tiếng Việt, tôi chửi nó, nó tát tai tôi lệch mặt.

Cô gái lại hỏi:

– Thằng Mỹ nó hỏi em nói cái gì đó?

Túy bẽn lẽn. Cu cậu quay sang cô gái hỏi lảng.

– Cô xin hộ một điếu thuốc?

Cô gái thò tay vào túi người Mỹ lấy bao thuốc móc đưa Túy một điếu. Túy cúi sát vào lò lửa mồi thuốc. Nó thở khói tùm lum. Cô gái hỏi:

– Bé vậy cũng hút thuốc?

Túy lại nhe răng cười. Vừa lúc đó thằng Chín anh nó lò dò tới, Chín thò tay giật điếu thuốc trên môi Túy. Thuận chân Chín đá một cái vào đít nó, Chín nói:

– Sang quá vậy mày. Tao xin tiền mày không cho, mày bày đặt hút thuốc.

Túy nhăn nhó nhìn anh. Chín phì phèo điếu thuốc vừa giật được. Cô gái đi với người Mỹ ái ngại nhìn Túy lại tò mò nhìn Chín. Cô ta móc bao thuốc trong túi người Mỹ lấy ra một điếu thuốc nữa đưa cho Túy. Túy châm hút. Chín ngạc nhiên nhìn cô gái và người Mỹ. Túy nói:

– Lúc nãy cô này cũng cho em chứ em đâu có mua.

Chín nhe răng cười, nó ngồi thụp xuống cạnh Túy nói nhỏ:

– Hôm nay khá không mày?

Túy lắc đầu:

– Yếu lắm. Chưa có đồng nào.

Chín chửi thề:

– Đ.M. mày lại dấu tao nữa. Mày chỉ lo mang về cho bà già mày. Đưa tao một bò coi.

Túy phân trần:

– Em đã nói là từ sáng đến giờ chưa có mối nào. Bây giờ mới vớ được chiếc xe này đây.

Chín thất vọng nhưng rồi nó nói:

– Thôi được mày để tao giúp mày một tay.

Túy nói vội vàng:

– Khỏi! Tôi làm một mình được mà. Anh đi đâu chơi thì đi.

Chín lắc đầu. Nó ung dung ngồi xuống chiếc hộp sắt đựng đồ nghề. Chín nhìn lên cô gái đang ngồi vắt vẻo trên yên xe.

Chín phì phèo điếu thuốc. Mắt nó vẫn chú mục vào cặp đùi cô gái. Túy thì đưa bàn tay bé nhỏ che ngọn lửa trong lò. Cô gái chợt hỏi Túy:

– Em không căn đồng hồ à? Ông Mỹ hỏi thế.

Túy lắc đầu:

– Làm quen tay rồi. Cháy hết bằng này dầu là miếng vá vừa chín.

Cô gái nói lại với người Mỹ. Ông ta cười thành tiếng.

Ngọn lửa tắt. Túy tháo khuôn lấy chiếc ruột cao su ra. Nó lột miếng giấy bóng cầm chỗ miếng vá đưa lên xem xét. Kéo chậu nước lại gần. Túy nhúng chiếc ruột cao su vào rửa, rửa. Chín với chiếc bơm nói:

– Mày lắp vòi vào tao bơm cho.

Túy xua tay:

– Khỏi. Lắp vào bánh xe mới bơm. Anh cứ đi chơi đi.

Chín khều chân em:

– Ê đuổi tao hé mày. Khôn dữ.

Túy không nói nó lầm lì lắp vỏ ruột vào bánh xe. Chín ngồi xem nhưng thỉnh thoảng vẫn liếc lên đùi cô gái. Khi Túy lắp xong rồi, Chín giằng lấy chiếc bơm đứng dậy lấy thế sẵn sàng.

Túy lắp vòi vào để cho Chín bơm. Khi chiếc bánh xe rắn chắc. Túy tháo vòi ra Chín còn bơm thêm vài cái nữa, hơi xịt bụi mù vào mặt Túy. Chín cười nắc nẻ thả cái bơm xuống đất.

Túy lầm lì không nói. Nó vỗ vỗ mấy cái vào bánh xe. Người Mỹ móc bóp. Cô gái hỏi Túy:

– Bao nhiêu em?

Túy khôn ngoan:

– Dạ cô cho bao nhiêu cũng được.

Chín nhanh nhẩu:

– Hai trăm.

Cô gái nhìn Chín cau Mặt. Túy nói:

– Thường thì mỗi miếng vá bốn chục. Tùy cô cho bao nhiêu cũng được.

Cô gái cầm tờ giấy trăm đưa Túy:

– Cho em luôn đó.

Túy nhét nhanh tờ giấy bạc vào túi. Người Mỹ dắt xe đi. Cô gái ngồi lên yên sau ôm ngang lưng ông ta. Chiếc xe nổ máy chạy đi. Chín quay lại nói:

– Con nhỏ có bộ đùi ác quá.

Túy nói với anh:

– Người ta lớn thế. Sao anh gọi là con nhỏ.

Chín trừng mắt nhìn em. Xong nó đưa bàn tay ra trước mặt Túy. Túy lùi lại. Chín nói như ra lệnh:

– Đưa đây.

Túy lo sợ:

– Đưa gì?

Chín chỉ vào túi Túy:

– Tờ giấy trăm.

Túy ôm lấy túi:

– Hôm nay mới được một trăm. Phải mang về cho mẹ chứ.

Chín bước tới:

– Đưa tao mang về cho mẹ cũng được.

Túy lùi lại. Chín dấn bước tới:

– Mày có đưa cho tao không. Tao cũng có công chứ bộ.

Túy mếu máo:

– Công. Anh có công gì. Anh đòi tiêu xài rồi lấy đâu mang về cho mẹ đi chợ.

Chín nhe răng ra cười:

– Thì khỏi đi chợ nữa. Mẹ khỏi đi chợ càng đỡ mệt chứ sao? Mày không thương mẹ à? Mày muốn mẹ đi chợ hầu chúng mày à? Đưa đây tao đi chợ cho.

Túy lại lùi thêm, tay nó vẫn ôm chặt lấy ngực. Chín sừng sộ:

– Mày có đưa không? Trả lời tao nghe.

Túy cương quyết:

– Em không đưa.

Chín xấn tới giơ thẳng tay tát em một cái trời giáng. Túy ôm mặt ngồi thụp xuống. Chín đạp thêm mấy cái nữa thằng Túy lăn kềnh ra lề đường. Chín đè em móc túi em lấy nắm tiền ra. Chín đếm tiền cười ngất:

– Mày xí gạt tao thấy chưa. Mày có những hơn hai trăm, thế mà dám nói từ sáng đến giờ mới có một mối này. Hà hà! Ông lấy hết con ạ.

Túy đang lồm cộm bò dậy nghe thấy Chín nói thế, nó vùng phóng tới giằng lại nắm tiền. Nhưng Chín đã nhanh nhẹn nhảy tránh sang bên. Tiện tay Chín vả thật mạnh vào mặt em. Máu mồm thằng Túy rỉ ra nơi mép Túy ôm mặt mếu máo:

– Trả tôi. Trả tôi mang về cho mẹ!

Chín bĩu môi xì một tiếng rồi nói:

– Còn lâu. Tao lấy cả chứ không phải chỉ lấy một trăm. Tại mày nói dối tao nên tao phải lấy cả. Cho lần sau mày chừa cái thói thươn thẹo dối trá.

Túy kêu la:

– Anh lấy hết mẹ còn tiền đâu đi chợ mua gạo mua đồ ăn. Anh tàn nhẫn lắm.

Chín cười ngạo nghễ. Nó cuộn mớ tiền nhét vào túi sau quần. Túy nói:

– Tiền đó nuôi ăn cả nhà, nuôi ăn cả anh nữa chứ bộ.

Chín lắc đầu:

– Tao không cần mày nuôi. Tao sắp đi xa rồi, tao sẽ đi khỏi cái ổ chuột nhà mày tao không thèm ở nhà nữa. Lúc đó mày khỏi lo tao đến lấy tiền của mày. Khỏi lo tao ăn cơm của mày.

Túy mếu máo:

– Nhưng hôm nay. Hôm nay lấy gì nuôi cả nhà. Anh lấy thì cũng phải chừa lại cho tôi mang về nhà cho mẹ chứ.

Chín dậm chân bước đi, Túy chạy theo níu áo Chín:

– Anh không thương mẹ, thương các em anh sao?

Chín gỡ tay em ra cười nhạt:

– Thương chứ. Thương lắm. Thương tất cả. Nhưng khi nào tao có nhiều tiền tao mới thương được.

Túy lẽo đẽo chạy theo anh:

– Anh trả lại tiền tôi đi. Anh lấy một trăm thôi vậy.

Chín đứng lại quay sang Túy cười thật tươi:

– Mày bằng lòng cho tao một trăm? Vậy sao không bằng lòng ngay từ lúc nãy, có phải khỏi lôi thôi không. Thằng này nhiều chuyện quá.

Túy đứng chờ, bàn tay nhỏ bé đen đúa của Túy xòe ra trước mặt Chín:

– Anh cho tôi lại số tiền kia. Ít ra tôi cũng phải mang về cho mẹ chút đỉnh.

Chín ngẫm nghĩ rồi móc mớ tiền trong túi ra nó lấy tờ giấy trăm còn đưa trả lại Túy. Túy chộp vội lấy nắm chặt trong tay. Chín nheo mắt nhìn em cười:

– Đau không?

Túy gật đầu, nó đưa tay quệt máu tươi nơi mép đưa lên xem rồi lau vào chiếc áo nhà binh mặc trên người. Chín thụi khẽ vào vai thằng em rồi mới bỏ đi.

Túy lủi thủi trở về chỗ gốc cây. Nó ngồi bệt xuống đất dựa lưng vào bờ tường, chân duỗi dài ra đất. Túy xòe bàn tay cho những tờ giấy bạc nhũn nhèo nhầu nát quăn queo ra đó. Túy nhìn nắm tiền còn lại nghẹn ngào.

Một lát, Chín trở lại, miệng nó phì phèo điếu thuốc Chín móc bao thuốc trong túi ra lấy một điếu đưa cho Túy:

– Cho mày đó. Mẹ cóc một trăm bạc của mày ra cái

đếch gì. Bao thuốc này hết bẩy chịch rồi còn ăn được cái chó gì nữa.

Túy nhìn điếu thuốc Chín vừa ném vào lòng mình:

– Thuốc lá bây giờ đắt thế, thuế kiệm ước gì đó làm tăng giá lên gần gấp đôi, anh hút làm gì cho phí tiền. Rồi nghiền lấy đâu mà hút.

Chín buông thỏng:

– Hút cho đỡ buồn mày. Mẹ cóc tiền nong bây giờ như con c. tao, trăm bạc của mày mua thuốc đốt cha nó đi cho tiện. Bộ mày tưởng tiền mày kiếm ra quí lắm đấy. Tao cần nhiều chứ bấy nhiêu tao ị vào.

Túy tò mò hỏi:

– Anh định đi đâu?

Chín thở phào hơi khói trong miệng tròn vo:

– Tao cũng chưa biết.

Túy im lặng, nó cảm thấy buồn thấm thía cho gia đình nó.

Nó nhớ lại cái chết của ba nó. Nó nhớ tới cuộc sống trong gia đình khi cha nó còn sống. Cuộc sống tuy không sung sướng nhưng cũng tạm đủ. Anh em nó được đi học. Chín không chăm chỉ gì nhưng Chín không có những thói xấu bừa bãi như bây giờ. Túy nhớ lại và rưng rưng muốn khóc. Chín ngập ngừng:

– Tao phải đi vì tao thấy sống ở nhà chán quá. Đ. mẹ! Chết đi còn hơn.

Túy hỏi anh:

– Chán thì đành là chán rồi, nhưng anh đi đâu và đi làm gì mới được chứ. Liệu đi như vậy anh có hết chán không?

Chín búng tay đánh "pách":

– Tao cần đi, đi để thay đổi. Thay đổi ra sao cũng được. Ở một chỗ trong cái hoàn cảnh này tao điên lên tao đánh đập chúng mày tội nghiệp, tao chửi mẹ vô phép. Tao là cái gai trước mắt cả nhà nếu tao cứ ở lại. Tao cần thay đổi. Có thế thôi.

Túy hỏi:

– Rồi ngủ ở đâu? Ăn ở đâu? Ít nhất ở nhà cũng có chỗ ngủ, no đói gì cũng có chỗ ăn. Anh đi mà chưa biết đi đâu là không nên.

Nghe Túy nói, Chín tặc lưỡi:

– Đ. má. Số tụi mình là số con chó.

Túy nhìn anh:

– Anh biết vậy mà anh còn đánh em.

Chín cúi gầm mặt không nói. Mãi lát sau nó mới ngẩng lên:

– Tao bậy thật. Mày đừng giận tao nghe.

Túy nhe răng cười. Chín móc bao thuốc châm một điếu và đưa Túy một điếu. Túy cầm điếu thuốc ngắm nghía:

– Có chút xíu đây mà ba đồng rưỡi đó. Hút mấy hơi, thở khói ra là cháy tiêu ba đồng rưỡi. Lại chẳng có no béo ngon lành gì. Hai điếu thuốc mua được củ khoai ăn còn ngon.

Chín đột nhiên nổi sùng:

– Mày ngu như con c. tao. Chỉ ăn thôi. Mấy đồng bạc mà ăn được cái gì. Hút điếu thuốc trong khi buồn nó cũng quên đi được phần nào chứ.

Túy trề môi:

– Quên. Hút thuốc mà quên được. Em hút thuốc vào càng thấy đói và khô cổ.

Chín càng cáu:

– Đ. m. Ngu bỏ cha đi còn nói. Mày con nít chưa biết đó thôi. Mày chưa thấy cái khoái của khói thuốc, đưa trả cho tao khỏi phí.

Túy đưa trả Chín điếu thuốc. Chín bỏ vào bao. Túy hỏi:

– Mà anh hút thuốc từ hồi nào. Khi bố còn sống anh đâu có hút?

Chín tặc lưỡi:

– Bố còn sống mà hút ổng đánh thấy mẹ, sau này tụi bạn nó cho tao, tao hút lai rai và thấy quen.

Túy lắc đầu:

– Ẩu.

Chín hỏi:

– Mày nói ai ẩu, nhóc?

Túy chối:

– Em nói tụi bạn anh.

Chín cười:

– Tưởng mày nói tao, tao đập thấy mẹ.

Túy nhăn nhó. Chín dụi tàn thuốc xuống chậu nước kêu đánh xèo. Túy lại gợi chuyện:

– Hay anh đến mấy xưởng sửa xe hơi hoặc cây xăng hoặc là các hãng nào đó xin việc mà làm. Ít ra cũng được nuôi ăn.

Chín chửi thề:

– Đ. M. đến đó làm cái gì?

Túy quơ tay:

– Thì họ sửa máy, hay bơm xăng hoặc làm lao công quét dọn gì đó.

Chín trề môi:

– Sức mấy tao làm những việc đó. Rúc vào chủ nó chửi rủa sai khiến tao chịu sao nổi.

Túy nói:

– Thì làm tạm trong lúc kẹt mà anh. Sau này mình lớn lên có nghề cũng đỡ chứ.

Chín vùng đứng dậy:

– Tao dí c. vào.

Túy thấy Chín hùng hổ không dám nói nữa.

Chín đi đi lại lại trên lề đường, nó móc điếu thuốc nữa châm hút, Túy buột miệng:

– Hút gì hút liền liền vậy. Rồi hết lấy gì mà hút?

Chín lại ngồi phịch xuống chiếc hộp sắt:

– Thế không hút thì làm gì bây giờ. Để dành làm giầu à. Đ.m. chỉ một trăm bạc cho tao mua gói thuốc mà hỏi móc họng hoài.

Túy lại im. Nó cầm chiếc kìm gõ nhịp vào chiếc lò ép. Chín hét to:

– Đ. m. chán quá.

Túy ngưng gõ nhìn xung quanh:

– Anh làm gì mà la lối vậy. Cảnh sát họ đi ngang nghe thấy lại đuổi nữa ạ!

Chín buông thỏng:

– Đuổi thì kệ cha mày.

Chín thuận chân đạp mạnh vào thau nước đổ tung toé. Túy hoảng hồn lảng ra bên, đợi một lát thấy Chín ngồi lầm lì. Túy rón rén cầm cái chậu đi xin nước khác.

Khi về chỗ thấy Chín vẫn còn ngồi đó Túy gợi chuyện:

– Anh thích làm nghề gì?

Chín bực mình:

– Tao thích làm... bố thiên hạ.

Túy không dám nói thêm, Chín tức tối:

– Tụi bạn tao nó kể chuyện có nhiều thằng trước kia cũng chẳng có học hành gì, cũng là dân anh chị đứng bến, cũng là phường du thủ du thực mà rồi chúng cũng làm lớn cưỡi đầu cưỡi cổ những kẻ có học thức, sai bảo những tên con nhà dòng dõi. Vậy mà mình không làm được có tức không?

Túy rụt rè:

– Biết đâu những người đó họ chẳng có tài riêng, tài chuyên môn. Tuy không được đi học nhưng họ có năng khiếu họ có chuyên môn, họ không học nhưng cũng biết. Họ không con nhà gia thế nhưng tư cách chững chạc, họ...

Chín trợn mắt nhìn Túy, nó chỉ vào mặt em, nạt:

– Câm! Câm ngay!

Túy nín thinh. Chín lầm bầm chửi thề Túy ngáp dài ngơ ngác nhìn ra phía đường:

– Sao chẳng thấy cái xe nào hư cả vậy?

Chín cười nhếch mép:

– Mẹ anh, anh chỉ thất đức thôi, anh chỉ mong cho người ta vã mồ hôi đẩy xe đến cho anh rờ mó lấy tiền.

Túy cười bẽn lẽn, cu cậu ngửa tay xin:

– Anh cho em điếu thuốc.

Chín cau mặt:

– Sao lúc nãy mày trả lại, mày chê hút thuốc vô bổ.

Túy lại càng bẽn lẽn:

– Tại lúc nãy không buồn. Bây giờ tự nhiên lại buồn. Anh cho em hút thử xem có đỡ buồn không?

Chín móc bao thuốc lấy ra một điếu mồi lửa. Nó đưa mẩu thuốc hút dở cho Túy:

– Mày hút cả điếu phí đi. Hút một mẩu thừa này cũng được. Đáng lẽ tao không cho mày hút vì mày là thằng làm tàng, mày chê bai dè bỉu không đáng ngậm thuốc lá nữa.

Thằng Túy vui vẻ cầm mẩu thuốc thừa hút. Chín chợt hỏi:

– Mà mày vừa nói mày buồn à?

Túy gật đầu. Chín nhổ bãi nước bọt ra phía trước:

– Mày mà buồn gì?

Túy vung tay bâng quơ:

– Buồn lai rai.

Chín bĩu môi:

– Nhóc con mà cũng buồn lai rai. Mày là thằng con ngoan của mẹ, mày làm ra tiền, sao mày còn buồn.

Túy nhổm người lên gãi đít soàn soạt:

– Em buồn vì thấy gia đình mình nghèo, em buồn vì thấy anh chán nản bỏ đi.

Chín cười sặc sụa:

– Mày nói như ông cụ non. Mày mà thương đếch gì tao. Tao đi mày càng khoái chứ buồn cái mẹ gì.

Túy nhìn anh đăm đăm:

– Anh nói thế chứ sao không buồn được. Dù sao thì anh cũng là anh lớn trong nhà, anh đi như thế rồi tối đến khi đi ngủ, tụi em sẽ nghĩ không biết anh ngủ ở đâu, khi ăn cơm tụi em sẽ nghĩ không biết anh ăn cơm ở đâu.

Khi súng đạn nổ tụi em sẽ nghĩ không biết anh tránh núp nơi đâu. Anh là anh của tụi em mà. Anh cũng là con của mẹ mà. Anh đi em buồn lắm.

Chín càng cười lớn, nhưng trong cái cười đó Túy thấy anh mình như có vẻ cố cười ra lớn, Túy thấy anh mình quay nhìn nơi khác. Khi tiếng cười dứt, Chín vẫn không quay lại nhìn Túy. Túy tiếp:

– Thực đó chứ. Anh đi em thấy bồi hồi làm sao ấy. Thôi anh cứ ở nhà anh ạ.

Chín quay lại:

– Tao ở nhà mày có cho tiền tao hút thuốc không?

Túy im lặng bối rối. Chín chỉ mặt em:

– Mày xạo thấy không. Mày nói thương tao nhưng khi tao nói tới tiền là mày im lặng. Đ.m. Thôi đừng kể lể nữa, đừng ca nữa mày tao chán lắm. Thương nhớ là cái con mẹ gì. Thôi để tao đi cho rảnh.

Thấy bộ mặt nhăn nhó của thằng em, Chín chọc thêm:

– Tao ở nhà nếu mỗi ngày mày cho tao một trăm tiêu chơi. Như hôm nay chẳng hạn.

Túy vẫn im lặng, Chín cáu ngang:

– Sao từ lúc tao nói đến vụ tiền nong mày câm ru vậy? Ngán hả? Nghĩa là mày không muốn tao ở lại nữa. Nghĩa là mày muốn tao đi cho rảnh Đ.m. Đời con ẹ thật.

Túy như nhịn hết nổi, nó cũng cau mặt gắt ngang:

– Anh không thương em gì cả. Anh không biết nghĩ gì cả.

Chín trầm giọng:

– Tao thương chứ. Tao thương mẹ, thương mày thương tất cả nhưng...

Túy nhìn anh soi mói:

– Nhưng anh vẫn làm khổ mọi người.

Chín quay đi:

– Mày nói vụ đó hoài.

Túy chán nản đứng dậy vươn vai ngáp dài. Chín cũng lầm lì bỏ đi, Túy ngó dọc theo hai đầu đường, từ xa chẳng thấy ai dắt xe, nó bỏ vào chỗ ông già gác dan công sở.

Ông đang ngồi nhổ râu trên chiếc ghế gỗ khuất sau cánh cổng, thấy Túy, ông ta hỏi:

– Mày vừa kiếm được mối bở phải không?

Túy gật đầu:

– Một thằng Mỹ. Nó cho một trăm.

Ông lão gác dan nhìn Túy:

– Mày láu thật. Tao coi bộ mày kiếm tiền còn lẹ hơn tao. Mỗi ngày mày làm chừng mươi mối như thế là hàng tháng bằng lương ông bộ trưởng trên lầu kia rồi.

Túy ngồi xuống một rễ cây lớn nổi trên mặt đất:

– Còn lâu mới có một mối như vậy. Bộ bác tưởng xe tụi Mỹ nó lủng bánh hoài sao? Hơi cũ là nó thay vỏ ruột khác sức mấy mà nó chịu để lâu như vậy?

Ông lão cười hề hề:

– Thì mỗi ngày mày cũng kiếm được vài trăm . Tháng cũng kiếm được mười ngàn. Hơn lương các cô thầy ký trong sở này rồi.

Túy đứng dậy dòm ra ngoài đường:

– Giá mỗi ngày có nhiều người lủng xe tôi kiếm ăn khá.

Ông gác dan nhìn Túy chửi thề:

– Mẹ mày chỉ mong hại người ta thôi. Mày mong người ta lủng bánh hư xe để mày kiếm tiền rồi mày có biết nỗi vất vả của người ta cũng như tốn tiền không?

Túy lý sự:

– Ai mà không thế hả bác. Muốn kiếm ra tiền phải kiếm ở người khác. Các ông bác sĩ vốn là những người được tiếng là nhân đạo, cứu nhân độ thế, vậy mà cũng phải cần có nhiều khách hàng mới khá được. Trước đây mấy ông ấy còn vất vả tranh đấu với y tá để giữ độc quyền chữa bệnh thì sao?

Ông già chỉ mặt Túy:

– Mày chắc lớn lên sẽ là quân phản động, mày lý sự nghe cũng móc họng và ăn người lắm.

Vừa lúc đó đứa con gái ông già gác dan cưỡi xe Honda về tới. Cô gái ngừng xe ở ngoài gọi với vào:

– Bố mở cánh cổng ra cho con vô. Hé chút xíu vậy sao con đi xe vô được.

Ông già chưa kịp đứng lên, Túy đã nhanh nhẩu nhảy tới kéo cánh cổng. Cô gái phóng xe lướt vòng sau buyn đinh. Túy đứng ngây người nhìn theo, ông già vẫy Túy lại:

– Đóng cửa vào tao bảo mày.

Túy đẩy cánh cổng, tiếng sắt chạm nhau phát ra đánh rầm. Túy thè lưỡi tỏ vẻ sợ hãi. Ông già hỏi:

– Mày thấy con gái tao đẹp không?

Túy gật đầu:

– Đẹp ác. Tôi vái trời bữa nào cô ấy hư xe tôi sẽ sửa không lấy tiền.

Ông già lườm Túy, ông ta chỉ mặt thằng nhỏ:

– Ê liệu hồn nghe mày. Tao đập nát đít ra, tao đuổi đi, không cho làm ở chỗ này nữa ạ.

Vừa lúc Chín lại lò dò trở lại, Túy thấy Chín cầm khúc bánh mì trên tay bèn bỏ ông già đó chạy ra chỗ anh. Chín đưa khúc bánh mì cho Túy nói:

– Tao mua cho mày đó.

Túy cầm lấy, cắn một miếng nhai rồi banh mẫu bánh ra xem lắc đầu:

– Có chút xíu thịt à.

Chín lườm em:

– Ba chục đó mày. Một trăm tao mua bao thuốc lúc nãy còn ba chục. Mày nói tao không thương mày nên tao mua cả ba chục cho mày ăn còn nói gì nữa. Mày có hối hận đã nói tao không thương mày chưa?

Túy nhai nhồm nhoàm miệng ầm ừ. Chín chửi tiếp:

– Đ. mẹ ba chục bạc là bao nhiêu mà có cả mì, thịt, ớt, tương, dưa leo... hằm bà lằng đủ thứ, mày còn phàn nàn cái nỗi gì.

Túy nói lảng:

– Từ sáng em chưa ăn gì, đói quá, thành ra bây giờ nhai bánh mì cũng thấy ngon.

Chín lườm em:

– Vậy là huề nghe mày. Không được tiếc trăm bạc nữa và cũng không được nhớ tới cái vụ tao tát mày nữa.

Túy chợt sờ lên môi:

– Anh tát tôi chảy máu mũi máu mồm bây giờ ăn ớt nó cay chỗ chảy máu đó rát thấy mẹ đây này.

Chín định sừng sộ nhưng lại thôi, nó nói:

– Ngày mai mày cho tao một trăm nữa tao mua bánh mì cho mà ăn.

Túy lắc đầu:

– Anh hoang quá. Cả như em có bao giờ mua bánh mì thịt ăn đâu.

Chín rút một điếu thuốc hút:

– Tao mua cho mày ăn mà mày kêu hoang cái nỗi gì.

Túy nhồm nhoàm:

– Từ mai không mua nữa. Em cũng không đưa tiền cho anh nữa.

Chín nắm quả đấm giơ ra trước mặt Túy:

– Không đưa tao đấm vỡ mặt.

Nói rồi Chín lững thững bỏ đi. Túy gọi giật lại:

– Anh đi đâu vậy?

Chín thọc tay túi quần:

– Đi lang thang mày.

Khi Chín đi xa ra rồi Túy mới thở phào, nó lần mấy tờ giấy bạc trong túi đếm lại. Vẻ lo âu hiện rõ trên nét mặt. Chợt mắt nó sáng lên, một người dắt xe từ xa đang tới. Túy đứng ra lề đường chuẩn bị đón khách hàng.

Con Thám cùng với một đứa bạn nó đứng ăn trái cóc nơi lề đường. Chúng nó vừa mút chất ngọt từ miếng trái cây vừa mút tay. Xe cộ trên xa lộ chạy nườm nượp. Con Thám và bạn nó đứng rình nơi lối rẽ của con đường ra ngã tư xa lộ. Chúng chờ có xe Mỹ đậu đợi đèn xanh nơi ngã tư là lén trèo lên ăn cắp.

Con Thám bắt đầu theo con bạn nó từ ít lâu nay. Hai đứa chia phiên nhau. Mỗi khi có chiếc xe Mỹ nào ngừng, một đứa cà rà tới chỗ thằng Mỹ lái xe xin kẹo xin thuốc, nó chào những thằng Mỹ bằng những câu tiếng Anh học lóm được.

Có nhiều khi tụi Mỹ đang bực bội gì đó thét đuổi chúng chạy tán loạn. Cũng có thằng vui tính cúi xuống con nhỏ xoa tóc vuốt má cho kẹo. Trong lúc đó đứa kia sẽ lên ngó trên phía sau xe, có món gì bợ được nó trèo lên thẩy xuống đường.

Chúng nó hành nghề như thế công khai, người đi đường trông thấy chỉ lắc đầu ngao ngán.

Hai đứa có một kinh nghiệm là chỉ đón những xe Mỹ đi lẻ. Bao giờ chúng cũng phải coi chừng phía sau nếu có xe Mỹ nữa chúng sẽ không dám hành động. Có lần hai đứa bất ngờ bị một chiếc xe sau phát giác, Mỹ nó bắn chỉ thiên tùm lum làm hai con nhỏ hoảng hồn chạy mất và cả đường phố nhớn nhác tưởng VC tấn công.

Sau lần bị bắn như vậy hai đứa sợ không dám bén mảng đến ngã tư mất vài ngày. Nhưng rồi không có tiền tiêu chúng lại phải mò tới. Hai đứa đứng chờ như thế hồi lâu, xe Mỹ qua lại rất nhiều nhưng tụi nó đi cả đoàn, không làm gì được.

Đứng thẫn thờ mãi hai đứa mới vớ được một chiếc xe. Trên xe có hai thằng Mỹ ngồi phía trước. Con nhỏ bạn bám vào cửa ngó lên thằng Mỹ lái xe. Nó chào "gút moóc ninh" rồi xòe tay xin kẹo.

Thằng Mỹ nhe răng cười quay sang thằng Mỹ ngồi bên cạnh đang nhai kẹo cao su. Hai thằng chỉ chỏ con bé nói với nhau gì đó. Con bé bám cửa xe đu lên thò đầu vào phòng lái. Tên Mỹ nhai kẹo cao su nhoài sang bẹo má con nhỏ.

Trong khi đó con Thám kiễng chân ngó vào thùng xe phía sau. Thùng xe trống hốc. Con Thám thất vọng đi vòng ra bên hông. Mắt con Thám sáng lên khi nhìn thấy cái hộc sắt bên hông xe. Con nhỏ khẽ cạy cái chốt cánh cửa hộc bung ra.

Bên trong có một con đội. Con Thám ngó trước ngó sau xách ngay con đội đó đi sang lề đường quăng vào đám cỏ.

Đèn xanh bật lên, chiếc xe Mỹ chạy đi. Con nhỏ bạn cũng trở lại chỗ Thám, nó cầm một hộp nước ngọt. Con nhỏ đưa hộp nước cho Thám nói:

– Uống đi. Mày khá lắm. Con đội này dám bán được vài nghìn đấy.

Thám cầm hộp nước uống giơ lên miệng tu, nó thở đánh khà một cách khoan khoái:

– Nước ngọt đóng hộp ngon ghê hén mày.

Con nhỏ bạn bấm Thám:

– Uống lẹ lên còn mang hàng đi bán chứ. Đứng sớ rớ ở đây bị thộp cổ bây giờ.

Hai đứa chuyền tay nhau uống hết lon nước ngọt. Xong chúng lấy giấy báo phủ ra ngoài con đội bê đi.

Hai đứa tìm đến một nhà sửa xe hơi gần đó. Người chủ nhìn con đội cười hỏi:

– Ăn cắp hả? Đồ ăn cắp tao không mua.

Con Thám thất vọng nhưng con nhỏ bạn năn nỉ:

– Mua hộ cháu đi mà chú. Cháu bán rẻ cho. Tụi cháu đói quá không có tiền ăn cơm.

Người chủ ga-ra vừa mân mê một bộ phận máy trên tay vừa nói:

– Tụi mày mà đói gì. Ăn quà suốt ngày không đủ sao?

Con bé lại năn nỉ:

– Chú mua giùm cháu đi. Con đội này còn mới lắm.

Người chủ buông thõng:

– Tao mua giùm nghe. Bao nhiêu.

Con nhỏ gãi đầu:

– Chú trả bao nhiêu cũng được.

Người chủ bỏ ra ngoài nói vọng vào:

– Năm trăm.

Con nhỏ thất vọng. Thám khều nó nói khẽ:

– Bán đi mày. Mỗi đứa được hai trăm rưỡi cơ mà.

Con nhỏ huých Thám thì thầm:

– Mày ngu bỏ mẹ đi ấy. Cái này giá những mấy ngàn lận.

Thám lại nói nhỏ:

– Nhưng lỡ họ chê đồ ăn cắp không mua thì sao.

Con nhỏ gắt khẽ:

– Để mặc tao. Tao ra năn nỉ thêm.

Con nhỏ bước lại chỗ người chủ:

– Thôi chú cho tụi cháu thêm đi. Chú cho tụi cháu một ngàn vậy. Mỗi đứa cháu được năm trăm. Từ mấy bữa nay mới có được một cái. Chú mua giùm đi mà.

Người chủ ngần ngại. Ông ta bước lại chỗ con đội lấy

chân đẩy xích qua xích lại, xong ông ta cúi xuống kích thử. Rồi đứng dậy ông ta nói:

– Một ngàn hé. Được tao mua giùm tụi bây.

Hai đứa mừng rỡ. Người chủ vào phía trong lấy tiền đưa cho con nhỏ. Nó đưa Thám một tờ giấy năm trăm. Hai đứa hí hửng bước ra đường.

Chúng kéo nhau vào tiệm phở. Con Thám chần chờ, con nhỏ bạn thấy vậy bảo:

– Bộ mày tiếc tiền sao?

Thám không nói chỉ đi theo bạn, con nhỏ bạn lại nói:

– Tao bao mà. Hôm nay mày có công nhiều cho mày giữ luôn.

Năm trăm mày chia cho tao, tao bao mày ăn uống hết.

Một người đàn bà đến bên bàn hai đứa ngồi hỏi:

– Hai cô ăn gì?

Cô nhỏ bạn đưa mắt hỏi Thám, Thám chưa biết nói gì nó đã lên tiếng luôn:

– Cho tôi một đĩa phở xào. Đĩa lớn đó. Hai hộp cô ca.

Người đàn bà đi vào con nhỏ gọi giật lại:

– Chưa xong mà. Bà cho tôi ít nem và một đĩa thịt bò lúc lắc ăn trước.

Người đàn bà tò mò nhìn hai đứa. Con nhỏ tinh ý móc giấy năm trăm ra giơ lên trước mặt phất phất. Nó cười ranh mãnh nhìn Thám:

– Mụ ta thấy mình nhóc con rách rưới tưởng mình không có tiền. Đù má! Mình phải hành con mẹ này mới được.

Nước ngọt mang ra, hai đứa bóc nem ăn, con nhỏ bạn hỏi Thám:

– Mày có thích tiền không? Thích nhiều tiền ăn xài cho đã?

Thám gật đầu. Con nhỏ bạn ngập ngừng:

– Mày giống tao, tao muốn được ăn diện, tao chán cái lối làm ăn này rồi. Tao muốn đi làm nghề khác.

Thám hỏi:

– Mày tính đi làm gì?

Con bạn nhìn ra ngoài cửa:

– Phải chi mày lớn hơn chút nữa. Mày bằng tuổi tao thì tao rủ mày đi luôn. Vừa nhàn vừa kiếm được nhiều tiền. Không phải phơi nắng và lê la như thế này.

Thám không hiểu :

– Mà mày định làm gì mới được chứ.

Con bạn nói:

– Tao định đi bán bar.

Thám tròn mắt nhìn bạn. Con bạn lại nói tiếp:

– Đi bán bar là hơn. Ăn cắp mãi có ngày nó đập chết. Tụi Mỹ nó ghét ăn cắp lắm.

Thám gật đầu:

– Tao cũng ngán lắm. Lúc nãy tao bê cái con đội từ xe ra tao sợ muốn vãi đái. Nhưng tao còn nhỏ quá làm sao theo mày được.

Con bạn đặt ly nước xuống bàn:

– Bởi vậy. Tao thích có mày đi cùng. Làm gì có hai đứa cũng vui. Tao cũng hãy còn nhỏ nhưng con mẹ chủ nó ngắm tao rồi nói nếu tao mặc đầm vào sẽ lớn ra và đánh phấn uốn tóc sẽ đẹp lên. Mày thì nhỏ quá. Chắc nó không chịu.

Thám hỏi:

– Bộ mày đến bar hỏi rồi sao?

Con bạn gật đầu:

– Và mụ chủ cũng bằng lòng mướn tao rồi, tao chưa đi là vì tao còn có mày.

Thám nói liều:

– Hay mày cứ dẫn tao tới, may ra họ chịu.

Con bạn lắc đầu:

– Tao là nhỏ nhất rồi đó. Mày chắc họ không chịu đâu.

Thám buồn buồn:

– Liệu mày có bỏ tao không?

Con bạn ngẫm nghĩ. Thám tiếp:

– Mày mà bỏ đi bán bar còn mình tao chắc tao không dám nhảy xe Mỹ nữa quá. Có mày tao mới liều chứ cả như mình tao, tao chịu.

Món ăn vừa được mang ra, con bạn cầm đũa nói lấp đi:

– Dẹp chuyện đó đi. Tính sau. Bây giờ ăn cho no bụng đã.

Nó quay sang người đàn bà nói:

– Cho ớt đi bà chủ.

Người đàn bà cầm lọ ớt từ bàn bên cạnh mang sang, con nhỏ tiếp:

– Tiêu.

Người đàn bà nhẫn nại lấy lọ tiêu cho nó. Con nhỏ đòi tiếp:

– Xì dầu nữa.

Người đàn bà chỉ chai xì dầu trước mặt nó, nó lắc đầu hỏi:

– Có "ma di" không?

Người đàn bà lắc đầu bỏ đi. Hai đứa gắp đồ ăn nhai nhồm nhoàm. Con bạn hỏi:

– Ngon hé mày?

Thám gật đầu. Thấy Thám ăn uống một cách vội vàng con bạn hỏi:

– Mày có được ăn những món này thường không?

Thám lắc đầu. Mãi lúc sau nó mới ngưng ăn nói:

– Ở nhà tao ăn cơm chỉ có rau muống luộc.

Con bạn đẩy đĩa phở xào xích lại phía Thám:

– Vậy mày ăn đi. Tao còn được đi ăn đồ ăn đồ Tầu bên Chợ Lớn nữa cơ.

Thám thèm thuồng:

– Tiền ở đâu mà mày đi ăn?

Con bạn trề môi:

– Mấy thằng sửa xe gắn máy ở tiệm đằng xóm tao nó bao, tụi nó điệu lắm.

Thám thán phục:

– Mày có nhiều bạn tốt nhỉ.

(k.d.)

– Mày có muốn quen với tụi nó không?

Thám ngúng nguẩy:

– Tao sợ lắm. Với lại mẹ tao đánh chết. Nếu mẹ tao không đánh thì anh Chín tao cũng đập vỡ mặt.

Con bạn nhặt một gói nem bóc ra ăn, nó tiếp:

– Mình đi chơi với tụi nó thì phải giữ kín ai mà biết được. Bộ mày về kể cho mẹ mày anh mày nghe sao?

Con Thám im lặng. Con bạn lại kể:

– Tụi nó sửa xe ở tiệm lớn nên tối nào chúng nó cũng có xe chở tao đi chơi. Xe của khách gởi sửa rồi chúng nó lấy đi. Tụi nó chì lắm mày. Nó chạy xe gắn máy như bay kêu ầm trời vui lắm.

Thám nghĩ tới cảnh một đứa con trai chở một đứa con gái "bay" Honda trên đường phố. Nó thèm thuồng được như đứa con gái ngồi phía sau co quắp như con tôm ghì lấy thằng đằng trước. Nó hỏi con bạn:

(k.d.)

Con Thám lại ngồi im. Con bạn gọi người đàn bà trong quán:

– Còn món nữa đâu sao chưa thấy mang ra?

Người đàn bà lật đật vào bếp. Lát sau bà ta bưng ra một đĩa bò lúc lắc. Con bạn cầm đũa giục Thám:

– Ăn đi mày. Ăn đi rồi đi xem hát bóng bên Gia Định có tuồng Tàu hay lắm.

Hai đứa lại gắp đồ ăn. Con Thám bảo bạn:

– Giá ngày nào tao cũng được ăn vậy thì sướng quá. Ở nhà tao ăn không nổi.

Con bạn ái ngại:

– Mày chịu nổi chớ tao hàng luôn. Tao phải ăn hàng mỗi ngày. Phải kiếm ra tiền ăn hàng mỗi ngày mới sống được.

Khi hai đứa ăn xong, con bạn kêu tính tiền. Nó đưa tờ giấy năm trăm cho người đàn bà. Khi người ta thối lại nó bỏ ra hai chục trên bàn búng tay chỉ người đàn bà ra dấu nó cho.

Ra tới cửa con Thám hỏi bạn.

– Mày để lại tiền uổng vậy?

Con bạn kéo Thám đi:

– Nó khinh mình con nít nghèo khổ, mình phải chơi cha nó một cái chứ. Hai chịch bạc mà ăn nhằm gì.

Thám nhìn bạn:

– Hai chục bạc cũng mua được mấy trái ổi chấm muối ăn chớ bộ.

Con bạn xì một cái:

– Mày phải tập ăn những món ngon, suốt ngày chỉ biết tới cóc, tới ổi, tới mận nó rẻ người đi. Bây giờ mày có theo tao không?

Thám gật đầu. Hai đứa trèo lên chiếc xe lam. Con bạn nói:

– Về nhà tao một lát. Buổi trưa hai vợ chồng thằng cha hàng xóm chắc có chuyện.

Thám hỏi:

– Sao mày nói đi xi-nê.

Con bạn nắm tay Thám:

– Thì về nhà tao một lát xem chơi. Lát nữa hai giờ đi coi chiếu bóng. Đến chiều tối tao dẫn mày đi chơi với tụi con trai.

Thám lẳng lặng theo con bạn dắt đi. Khi về tới nhà nó, con bạn kéo Thám đứng lại đầu nhà nói nhỏ:

– Mẹ tao có chửi bới gì tao mày tỉnh bơ đi đừng có nghe bả nói nghe. Bả chửi một hồi rồi mệt thì thôi.

Rồi nó thoắt vào trong nhà, Thám đứng xớ rớ ngoài cửa. Lát sau nó nghe tiếng người chửi phía trong:

– Tiên sư con đĩ. Rúc đi đâu từ sáng đến giờ chỉ đến bữa ăn mới mò về hốc thôi. Mày không ở nhà làm lụng thì ăn m. người ta.

Tiếng con bạn giễu cợt:

– Tôi không ăn cơm đâu mà bà lo.

Tiếng chửi lại réo lên:

– Không ăn thì chắc đứa nào nó nhét gì vào mồm rồi chắc. Đi đánh đĩ ăn chắc.

Tiếng chửi nối dài. Thám không nghe con bạn nói gì nữa. Người đàn bà tiếp tục riếc móc. Khi con bạn trở ra phía cửa, người đàn bà nhác thấy có Thám, bà ta lại chửi:

– Mày đi theo những con đĩ nào. Mày còn rước chúng nó về đây sao. Mẹ bố tụi đĩ ngựa.

Thám định vào trong nhà cãi với bà ta, tôi không phải là đĩ ngựa tôi mới chỉ ăn cắp cùng với nó, bà đừng có nói láo. Nhưng con bạn đã kéo Thám đi.

(k.d.)

Hai đứa chạy một mạch ra ngõ. Con bạn cầm tay Thám nói:

– Tiên sư chúng nó hắt nước gì vào mặt tao mà hôi quá.

Thám nhìn bạn thương hại. Ra tới đường con bạn lại kéo Thám lên xe lam. Nó nói:

– Đi coi xi-nê vậy. Đéo thèm xem vợ chồng nó nữa. Tao ức lắm. Thế nào tao cũng trả thù cho mày coi.

Hai đứa xuống xe lam ở chợ Bà Chiểu. Con bạn kéo Thám vào một quán nước trái cây uống rồi sang bên rạp chiếu bóng.

Con bạn móc tiền đếm, nó nói:

– Còn đủ mua hai vé hạng bét.

Khi đã vào trong rạp, Thám bám vào áo con bạn lần đi trong bóng tối. Hai đứa kiếm được hai ghế gần màn ảnh ngồi vào. Trên màn ảnh đang bắn nhau loạn xạ. Con Thám quen dần với bóng tối. Nó đã nhìn rõ những trẻ con lố nhố trên các hàng ghế, nó cũng đã nhìn thấy bóng dáng những người bán bánh kẹo, cà rem, đi lại mời chào trong rạp. Nhưng rồi màn ảnh đã lôi cuốn nó. Con Thám thích thú theo dõi.

Gần tới tối hai đứa chui ra khỏi rạp, Thám hỏi:

– Bây giờ đi đâu mày?

Con bạn ngập ngừng:

– Tao đói. Nhưng tao cũng hết tiền rồi.

Thám móc tờ giấy bạc đưa ra:

– Tao bao mày đi ăn. Tao cũng đói vậy.

Con bạn hỏi:

– Thế mày không mang về cho mẹ mày?

Thám tặc lưỡi:

– Để lần khác. Hôm nay tiêu đã.

Nói rồi Thám kéo con bạn đi. Hai đứa kéo vào một tiệm mì. Khi ăn xong thì trời cũng đã tối. Con bạn nói:

– Bây giờ tao với mày đi kiếm tụi con trai.

Thám hỏi:

– Tụi nó ở đâu?

Con bạn chỉ về phía đầu đường:

– Gần đây thôi.

Thám đi theo bạn, băng qua một ngã tư, hai đứa đến một tiệm sửa xe gắn máy. Thám đi chậm lại trong khi con bạn sà vào chỗ mấy đứa con trai dầu nhớt cùng mình đang làm việc.

Một đứa ngoái cổ lên hỏi đứa con gái:

– Tối nay đi chơi không?

Con bạn gật đầu chỉ ra Thám:

– Đi chớ. Con bạn em nó cũng đi chơi luôn.

Một đứa khác nhìn ra Thám gật gù.

– Càng tốt, chờ đi.

Con bạn vẫy Thám lại, hai đứa ngồi chồm hổm xem tụi con trai sửa xe. Thỉnh thoảng một thằng con trai lại với tay vỗ vai vỗ đít con bạn một cái. Chúng chửi nhau chí chóe Thám chỉ ngồi nhìn. Chợt một thằng chỉ Thám nói với tụi bạn:

– Em này của tao. Tao bé nhất nhận em bé nhất vậy.

Thám mắc cở quay đi. Nó nhìn ra phía đường xe cộ qua lại. Nó nhìn ra phía bên kia. Nhìn đi nơi khác nhưng Thám vẫn lắng nghe con bạn và tụi con trai nói với nhau.

Khi người chủ hô nghỉ. Tụi con trai ào ào lo sắp đồ nghề cất đi. Chúng rửa tay bằng xăng rồi thay áo. Con bạn kéo Thám đi ra đầu đường chờ.

Con bạn nhẩy lên yên ngồi ôm lưng một đứa. Nó chỉ thằng nhỏ nhất bảo Thám ngồi chung. Thám lưỡng lự, thằng đó kè sát vào bên. Thám ngồi đại lên mặc cho nó vọt xe phóng đi.

Ba chiếc xe gắn máy phóng nhanh trong thành phố, bọn chúng lách. Vượt nhiều lúc xe nghiêng đi gần đổ. Thám hồi hộp vô cùng. Nó ôm chặt lấy mình thằng con trai. Con bạn ngồi xe kia luôn miệng cười rú lên.

Thám vui theo cái vui của nó. Thám cũng thấy thích thú trong sự chuyển động nhanh và nguy hiểm như vậy.

Tụi con trai chạy ào ào một hồi đến một ngã tư tụi nó ngừng lại. Một đứa hỏi:

– Lên xa lộ nghe?

Hai đứa kia reo lên:

– Nên lắm. Nên lắm.

– Tao ghé về nhà một tí tao lên liền. Tụi bay đến chỗ hôm trước đi nghe. Tao có lên bây giờ cũng chỉ ngồi nhìn chúng mày thôi chứ làm gì.

Hai đứa chở Thám và con bạn gật đầu, chúng không đứa nào bảo đứa nào vọt thật nhanh. Hai chiếc xe gắn máy lao đi, Thám thấy rát mặt. Tóc xổ tung và Thám chỉ biết nhắm mắt phó mặc.

Bọn chúng chạy một hồi như vậy, lúc xe này chạy trước lúc xe kia vượt lên. Mỗi lần như vậy con bạn nhìn sang Thám cười, Thám cười lại. Bọn chúng chạy đến gần Thủ Đức thì vòng trở lại. Đến một chỗ quẹo vào con đường nhỏ hai xe rẽ vào.

Một khoảng đất cao có cây cối, tụi con trai ngừng lại dựng xe.

Tụi nó ngồi xuống bãi cỏ. Thằng con trai chở bạn Thám nằm ngửa, con bạn ngồi cạnh bên. Thằng chở Thám cầm tay Thám kéo ra một chỗ gần đó. Nó kéo Thám ngồi xuống.

(k.d.)

Chín đang đứng xớ rớ nơi ngã tư đường thì có tiếng rít thắng xe hơi sau lưng. Nó quay lại bắt gặp thằng bạn đang ngồi trên chiếc xe gắn máy nhe răng cười. Thằng bạn hỏi Chín:

– Đi đâu vậy mày?

Chín đến bên bạn:

– Lang thang mày. Bà già tao chửi quá tao chịu không nổi phải ra đây đứng.

Thằng bạn hỏi Chín:

– Mày muốn đi chơi không?

Chín hỏi:

– Đi đâu?

Thằng bạn ra vẻ quan trọng:

– Có mục hay lắm. Trèo lên đây đi với tao. Cứ đi theo tao. Ngon lắm.

Chín trèo lên ngồi sau xe thằng bạn. Chiếc xe chạy ra xa lộ. Chín tò mò:

– Đ. m. đi đâu mà ra xa lộ mới được chứ?

Thằng bạn ngoái cổ lại:

– Tụi tao bắt được mấy em bé. Mày muốn ăn có không?

Chín hớn hở:

– Em bé hả? Vậy thì tao chịu. Nhưng sao tụi bây lại đưa ra xa lộ?

Thằng bạn than:

– Không đưa ra xa lộ thì đưa đi đâu. Bộ mày muốn đưa về nhà mày à? Hay là muốn đưa đến khách sạn. Giầu quá hé? Mẹ cóc! Kiếm bờ kiếm bụi nào lụi vô cho xong chứ còn đòi hỏi gì nữa?

Chín hỏi:

– Mấy em?

Thằng bạn bỏ một tay giơ lên hai ngón tay. Chín lại hỏi:

– Tụi mày mấy thằng?

Thằng bạn lại giơ ba ngón tay nói tiếp:

– Ba đứa tao với mày là bốn. Vị chi là hai thằng một con.

Chín bám vào vai bạn:

– Hai thằng kia đâu rồi?

Thằng bạn chỉ về phía trước:

– Hai thằng nó đưa hai con nhỏ lên trên đó trước rồi. Tao có việc phải về nhà chút xíu. Vả lại cũng phải để cho hai thằng kia nó làm ăn xong rồi mình hãy lên chứ.

Rồi nó tiếp:

– Lớ quớ làm sao tao lại gặp mày. Hên cho mày lắm đó! Hai thằng kia bây giờ chắc xụi lơ rồi. Mình tao cũng chỉ "chở" được một em, còn em kia để không cũng uổng. Có mày nữa là vừa.

Chín hỏi:

– Các em khá không?

Thằng bạn hăng hái:

– Con nhà lành cả. Các em lêu lỏng nên tụi tao bắt được. Có một tên mới bắt được hồi chiều, nó có vẻ còn non lắm.

Chín vẫn bám chặt thằng bạn trong khi chiếc xe vẫn vút đi:

– Còn em kia?

Thằng bạn kể:

– Em kia thì quen với tụi tao rồi. Em đi với tụi tao hoài.

Chín vỗ vai bạn:

– Vậy hôm nay mày nhường cho tao cái em mới đó nghe. Mày xài em cũ quen rồi cho quen luôn.

Thằng bạn thích chí cười vang:

– Mẹ anh. Anh cũng khôn lắm. Được tao để cho mày thử sức với em bé đó.

Gần tới Thủ Đức, thằng bạn chạy chầm chậm lại, hắn nói:

– Tối biết đường mà rờ.

Nhưng rồi nó cũng tìm được con đường đất nhỏ.

Nó quẹo xe vào phía trong. Một thằng và con bạn Thám đứng chờ phía ngoài. Tụi nó nói:

– Sao lâu quá vậy?

Thấy có Chín đi theo, con bạn tò mò nhìn. Một thằng gọi vào phía trong. Chúng nó chia nhau thằng mới lên với con bạn và Chín với con Thám. Tụi nó giục làm lẹ lên còn về phố ăn mì. Con bạn Thám càu nhàu:

– Sao không kéo cả phố lên cho đông đảo. Sắp về rồi lại phải cởi đồ nữa.

Tuy vậy nó cũng kéo thằng mới lên nằm xuống bãi cỏ. Mấy đứa giục Chín vào phía trong với con Thám.

Chín hồi hộp chập chững bước lần vào phía trong. Nó xao xuyến, tim đập thình thịch.

Chín chưa bao giờ được làm cái công việc này. Nó đi theo chúng bạn nhưng chỉ đàn đúm tán tỉnh tầm phào. Nó cũng có biết một vài nhà điếm nhưng chưa bao giờ có tiền để tìm đến. Nó chỉ mới được nghe tụi bạn nó thuật chuyện lại và nó vẫn thèm muốn ao ước.

Thèm muốn ao ước có một lúc nào đó được cầm nắm

ôm ấp vào trong lòng một thân hình con gái. Nó thèm muốn rạo rực từ lâu. Và lúc này đã tới.

Nó đang bước tới. Chín nghe rõ từng bước chân mình nện xuống cỏ. Nó sẽ đạt được điều ước ao bấy lâu.

Chín sà xuống đứa con gái nằm phanh ngực trên bãi cỏ. Trong ánh sáng lờ mờ Chín rùng mình chụp lấy làn da chờ đợi đó.

Nhưng Chín chợt bắt gặp nét quen thuộc trên khuôn mặt đứa con gái.

Nó kéo đứa con gái ngồi dậy, nó nhìn thật gần, hai mắt mở to. Em nó. Chính là em nó. Con Thám đây. Con Thám cũng đã nhận ra anh mình. Chín xô em nằm xuống bãi cỏ. Nó tức điên lên vừa la hét vừa sấn tới đạp lên mặt lên mình con Thám:

– Mày à Thám? Mày khốn nạn thế này à Thám? Mày mới bây nhiêu tuổi mà đã đĩ ngựa thế này sao?

Con Thám sợ hãi, nó vùng dậy định chạy nhưng không chạy được.

Chín vẫn tiếp tục đánh đá, tiếp tục chửi rủa. Con bạn và hai ba đứa kia thấy rắc rối cũng đổ xô đến. Chín nổi sùng quay sang đánh tất cả. Chín chửi tụi bạn trai:

– Tiên sư chúng mày. Tiên sư tất cả chúng mày. Chúng mày dụ dỗ em tao. Chúng mày là đồ khốn nạn.

Tụi con trai bị đánh bất ngờ, đứa nào cũng nhảy lui ra xa giữ thế thủ.

Chín quay lại đạp con Thám mấy cái rồi lại hùng hổ nhảy sang đánh ba thằng kia. Một thằng trong bọn rút nhanh con dao chó giắt nơi cạp quần giơ ra. Nó chỉ dao vào mặt Chín:

– Mày muốn gì? Mày muốn nói chuyện tử tế hay mày mày muốn ăn thua đủ?

Chín thấy tụi nó rút dao cũng phải gờm, nó không dám sấn sổ vào đánh tụi con trai nhưng nó vẫn chửi:

– Tụi mày là đồ khốn nạn. Tao không dè chúng mày quyến rũ em tao.

Một thằng nói:

– Tụi tao đâu biết nó là em mày. Mà tụi tao cũng không có dụ dỗ đứa nào hết. Cả hai đứa chúng nó cùng đến tìm tụi tao. Mày có em mày không dạy mày thả rông nó đi hoang là tại mày. Mày còn chửi ai.

Chín như muốn điên lên, nó lại quay sang chửi con Thám:

– Đồ đĩ ngựa. Không mặc áo vào ngồi khóc lóc cái nỗi gì. Tao giết mày chết.

Con Thám lính quýnh mặc áo chạy lại chỗ con bạn đứng núp. Một thằng con trai đến Chín hỏi:

– Mày như thế là ích kỷ biết không? Mày cũng cùng đi với tụi tao. Mày cũng muốn ngủ với tụi con gái.

Mày cũng muốn hại tụi nó. Mày có thương tiếc gì đâu. Vậy mày còn chửi tụi tao khốn nạn. Như vậy mày cũng khốn nạn cho mày.

Một thằng khác tiếp:

– Mày muốn chơi tụi con gái nhưng mày lại không muốn đứa nào chơi em gái mày. Mẹ cóc thế thì còn đứa con gái nào cho mình chơi nếu như đứa nào cũng giữ bo bo lấy cho mình.

Tao nhắc lại một lần nữa, tụi tao không có dụ khị em mày đâu tự nó dẫn xác đến cho tụi tao. Mày hỏi nó xem. Mày hỏi luôn nó xem.

Thám thấy Chín quay nhìn mình, nó hoảng sợ lùi lại hai tay chấp lại lạy Chín như máy. Chín lầm lì bước lại phía em. Con Thám sợ quá:

– Em lạy anh! Anh tha cho em. Em chưa có làm gì hết. Em chưa bị.

Em theo tụi nó đi chơi rồi ra đây nhưng em chưa sao cả. Chưa đứa nào làm gì em cả.

Chín quát:

– Nói láo. Ra tới bụi tới bờ ban đêm như thế này mà còn chưa có gì đừng nói láo, đừng gạt tao.

Thám quì vội xuống đất tiếp tục lạy:

– Thật mà anh. Tụi nó chỉ sờ lần cấu véo em mà thôi. Em chưa bị, không tin hỏi tụi nó mà coi.

Một thằng trong bọn cười hô hố:

– Tụi tao có nói mày cũng đâu có tin phải không Chín. Mày sẽ cho là tụi tao toa rập với em mày để che đậy. Vậy muốn cho chắc ăn, mày khám xét coi.

Nếu cần mày thử thì sẽ biết. Tụi tao chưa làm được gì em mày, con nhỏ ngúng nguẩy hoài. Cũng may là mày đi theo thằng kia ra nếu thằng khác thì em mày kể như tối nay tới số rồi.

Chín nửa tin nửa ngờ, thằng con trai tiếp:

– Tụi tao nói thật đó. Kể ra thì suýt nữa tụi tao cũng làm bậy thật. Em mày cũng như em tao, nếu tao biết con nhóc là em mày tao đâu có chở. Khốn nỗi nó tự dưng nó mò tới, tụi tao đâu biết. Thôi mày mang nó về nhà mà dạy. Bây giờ tụi tao yêu cầu mày khám xét nó xem còn nguyên không rồi tụi mình dông.

Chín còn đứng tần ngần, Thằng bạn chở Chín lên sau

càu nhàu chửi:

– Đ. M. Chúng mày lộn xộn quá. Tao chưa được chút đỉnh gì thì đã bị chúng mày làm ồn lên.

Biết thế tao đéo vào rủ thằng con nhà Chín đi cho rồi. Không có nó đi là êm ru và tao chắc đã lắm.

Nói rồi nó bước đến quàng vai con bạn Thám. Con nhỏ vùng vằng gỡ tay nó ra càu nhàu:

– Bỏ ra. Lộn xộn quá.

Thằng con trai lúc nãy đến bên Chín nói như ra lệnh:

– Tao bảo mày coi lại em gái mày đi để cho chúng tao còn về. Đ.m. Thế mà cũng vỗ ngực tự cho là mình chịu chơi.

Chín thấy tụi nó quyết liệt cũng hơi chùng, nó xuống giọng:

– Thôi tao tin tụi mày. Tao tin là em tao chưa việc gì. Mình đi về kẻo khuya rồi.

Thằng đó quắc mắt:

– Tao bảo mày coi lại nó là mày phải coi lại. Lúc nãy mày chửi tao...

(k.d.)

– Mày thêm ga cho máy xe chạy mạnh, cho đèn sáng lên thêm chút nữa, cho thằng Chín nhìn tỏ tường.

Quay sang Chín tên kia quát.

– Xem đi. Xem cho rõ chắc rồi mang về nhà mà thờ.

Con bạn Thám thấy Chín nín thinh, nó đến bên tên kia năn nỉ hộ:

– Thôi cho em xin can mà anh. Anh làm thế đủ rồi.

Lỗi tại em cả. Em rủ con Thám đi chơi. Em cũng tưởng nó như em, em tưởng nó quen vụ này rồi và nó tự do không ai cấm cản. Chúng mình bỏ qua vụ này đi về anh.

Tên kia hất con nhỏ ra cương quyết:

– Tao nhất định bắt thằng Chín phải khám em nó. Lúc nãy nó chửi tao thậm tệ quá.

(k.d.)

Chín bối rối quay sang chửi em:

– Tiên sư mày! Ai bảo mày đến đây làm chi. Đồ con đĩ. Về nhà tao đánh mày chết.

Con Thám mếu máo:

– Em đâu có dè thế này. Mà còn anh nữa sao anh đến đây làm chi.

Tụi con trai nghe Thám nói cười phá lên. Chúng nó phụ họa:

– Phải đấy. Con nhỏ hỏi có lý. Ai bảo thằng Chín lên đây. Mày đi được thì nó cũng đi được. Hà hà...

Chín nhân cơ hội chúng cười cợt với nhau nó len lén lùi lại và ù té chạy. Nhưng tên kia đã gọi với:

– Mày bỏ chạy hả Chín? Mày bỏ em mày ở đây một mình. Nếu vậy tụi tao phá cho mày biết.

Chín nghe nói hết chạy nổi. Nó đứng lại nhìn vào phía bọn kia. Có tiếng nói ra:

– Vào đây, mày vào đây mày Chín. Nếu mày bỏ chạy tao làm thiệt cho mày coi. Rồi đừng có trách.

Chín không dám vào mà cũng không dám bỏ đi. Nó đứng ngoài năn nỉ:

– Tao lạy tụi mày đó. Chúng mày thả em tao ra. Tao hứa từ nay không xử tệ với tụi mày nữa.

Tên kia nói từ phía trong ra:

– Mày vào đây. Trở lại đây, rồi muốn nói gì thì nói. Chín lưỡng lự, con Thám cũng gọi ra:

– Anh vào đây cho em về với. Anh bỏ em ở đây sao.

Chín đành phải vào. Tên kia chỉ con Thám cười hỏi Chín:

– Vậy mày nhất định không cần khám xét em mày hả? Mày tin thì tụi tao cũng bỏ qua. Nhưng mày phải nhớ đấy, từ nay đừng có hung hăng chửi bới ai cả. Dắt em mày về đi.

Con Thám nghe nói mừng rỡ đứng lên. Nó len lén bước tới chỗ con bạn. Tụi bạn lục tục lên xe. Chín hỏi:

– Tụi mày còn cho tao chơi với không.

Tên kia đạp máy xe và nói:

– Tùy bố muốn sao cũng được. Nhưng bố muốn theo tụi tôi thì bố đừng có làm trời. Đã chịu chơi thì phải chịu chơi tất cả. Bạn bè là trọng, có vậy thì hãy theo.

Chín gật đầu:

– Tất cả ngồi lên xe. Dọt về phố kiếm cái gì ăn cho khỏi đói bụng.

Ba chiếc xe chạy trở ra xa lộ. Con Thám ngồi với thằng mới lên. Con Thám nói với nó:

– Về nhà chắc anh Chín đánh em chết quá.

Thằng kia phóng xe lên ngang xe Chín ngồi:

– Ê Chín, về mày không được đánh con em mày nghe. Lỗi không phải tại nó. Mày không nghe tao, nó mà mách tao mày đánh nó, tụi tao xúm lại xay mày thành cám.

Chín nhe răng cười.

Về tới Bà Chiểu tụi nó vào một hàng mì.

Con Thám móc tờ giấy năm trăm giơ lên:

– Em có tiền. Em bao các anh các chị chầu mì này.

Cả bọn vui vẻ. Chín xin em một bao thuốc lá. Con

Thám lanh lẹ đứng lên đi mua cho anh. Chúng ăn uống cười nói nhộn nhịp. Tiệm ăn náo nhiệt hẳn lên.

Nhưng khi Chín và Thám trên đường về nhà. Chín lại nhớ chuyện cũ. Nó hỏi:

– Này Thám! Thiệt mày chưa bị không?

Con thám e dè nhìn sang anh:

– Thiệt mà anh. Em thề.

Chín đá một cái lon nằm giữa lối đi:

– Thề! Thề cái con c. tao này. Mày liệu hồn đó.

Con Thám im lặng. Chín cũng lầm lũi đi vào ngõ. Mãi khi về tới cửa, con Thám mới khẽ năn nỉ:

– Anh đừng mách mẹ nghe. Em hứa từ nay em không đi theo tụi nó nữa.

Chín chợt ngớ ra điều gì níu con Thám lại:

– Quên, tao chưa hỏi mày. Tiền ở đâu mày có những năm trăm.

Con Thám bối rối kể:

– Em ăn cắp.

Chín trố mắt nhìn em:

– Mày ăn cắp?

Thám gật đầu, Chín lại hỏi:

– Của ai?

Thám kể lại cho anh nó nghe chuyện ăn cắp trên xe Mỹ. Thằng Chín nghe xong ưu tư hồi lâu, con Thám kể xong thấy anh nó không vui gì cũng ngại ngùng. Mãi hồi sau Thám mới ngập ngừng:

– Ăn cắp được chứ anh?

Chín hỏi lại em:

– Vậy là tiền mày trả tiệm mì vừa rồi do mày ăn cắp

chứ không phải tụi con trai nó cho mày hả?

Thám dạ nhỏ, Chín chậm chạp bước lên nền nhà. Con Thám hỏi theo:

– Anh chịu cho em đi ăn cắp không?

Chín nói tránh:

– Tao cấm mày đi theo tụi con trai. Mày đi như thế tao nhục lắm.

Thám vẫn cố bám:

– Mà đi ăn cắp thì được chứ?

Chín đẩy cửa bước vào nhà:

– Tùy mày.

Mẹ nó và tụi em đã ngủ cả. Chín rón rén xuống bếp. Con Thám khép cửa lại rồi theo anh nó. Hai đứa lần trong bóng tối dày đặc.

Chúng đã quen hết mọi vị trí trong nhà nên không bị đụng chạm. Thằng Chín múc nước rửa mặt mũi chân tay. Con Thám đứng cạnh chờ. Chúng rón rén âm thầm một lát rồi mỗi đứa tìm chỗ chui vào ngủ. Căn nhà vẫn im phăng phắc.

Sáng hôm sau thức dậy, Chín đã thấy ánh nắng chiếu vào tới giường nó ngủ. Chín ưỡn vai nhỏm dậy. Mẹ nó đã đi đâu rồi. Thằng Túy chắc cũng đã đi sửa xe.

Con Thám vẫn còn nằm ngủ trên bộ ván gần cửa.

Nhịp thở nó vẫn đều đều. Chín bước xuống đất. Hai đứa em nó đang chơi ngoài cửa. Chín bước tới đập đập vào con Thám kêu thức dậy. Con Thám dụi mắt ngồi lên. Nó hỏi:

– Cái gì?

Chín nạt:

– Ngủ hoài vậy mày.

Thám nhận ra anh nó, nói chữa:

– Mệt quá anh.

Chín tò mò:

– Mày mệt thật à?

Thám gật đầu. Chín nhìn soi mói con Thám một lát rồi bỏ xuống bếp rửa mặt. Khi trở lên nhà, con Thám hỏi:

– Mẹ đi đâu rồi anh?

Chín móc một điếu thuốc nơi túi áo treo trên dây thép châm lửa:

– Tao đâu biết. Chắc bà ấy xin việc làm.

Chín thở khói thuốc. Nó bước ra cửa nhìn hai đứa em nhỏ đang lê la ngoài đó. Chợt Chín gọi giật con Thám:

– Tao bảo.

Thám ngước mắt sợ sệt chờ đợi. Chín nói:

– Tao hỏi mày phải nói thật. Bây giờ nhà không có ai mày khỏi sợ xấu hổ. Tao cũng sẽ không đánh mày vì hôm nay tao đi xa. Nhưng trước khi đi tao muốn mày phải nói thật, tao hỏi mày một lần nữa mày có bị chúng nó làm gì chưa? Nói mau.

Thám đứng lên quả quyết:

– Em nói thật mà anh. Em không sao cả.

Chín nhìn em như moi tròng con mắt nó ra, đoạn tắc lưỡi:

– Chắc hé! Tao tin mày. Mẹ cóc hôm qua nằm ngủ mà cứ bị cái chuyện đó ám ảnh tao hoài. Vậy là chắc chắn chưa có chuyện gì xảy ra cả.

Tao báo cho mày biết, có thân phải giữ, liệu mà giữ. Tao chơi với tụi nó tao biết quá mà. Chúng nó không coi mày ra cái "thá" gì đâu. Tao đi thỉnh thoảng tao về. Nếu tao nghe mày có chuyện gì lăng nhăng tao đánh mày chết.

Thám len lén nhìn anh:

– Anh đi đâu.

Chín buông thõng:

– Tao đi lính.

Thám ngập ngừng:

– Ai người ta nhận. Anh chưa đến tuổi mà.

Chín lại nói cộc lốc:

– Tao đi lính biệt kích mày.

Thám nhìn anh như dò hỏi. Chín vứt mẩu thuốc ra sân:

– Tụi bay ở nhà đàng hoàng. Có tiền tao mang về cho mà may áo, mà tiêu.

Thám lặng lẽ nghe. Nó không có ý kiến gì nữa, nó chỉ thoáng thấy vui vui vì nếu anh nó đi xa, nó sẽ không bị đòn, những trận đòn của Chín là những trận dữ dội chảy máu mồm máu miệng.

Nó cũng chợt hiểu tại sao, sau cái vụ tối hôm qua Chín đã không đánh nó. Giá như mọi khi chắc chắn nó đã bị trận nhừ tử. Anh nó sắp đi. Đi xa. Đi lính biệt kích. Thám thấy cần phải chiều chuộng anh, nó ngập ngừng:

– Anh đi thiệt à?

Chín cáu tiết:

– Bộ nói dối sao mày. Tao đi thiệt chứ nếu không mày ốm đòn với tao rồi.

Thám nhe răng cười:

– Anh đi thiệt? Vậy em bao anh ăn sáng.

Chín tươi ngay nét mặt:

– Phải đó. Tao định hỏi mày có tiền không nhưng vì sắp đi nên thấy nó cũng kỳ. Tao thương tụi bay mà.

Con Thám móc trong túi ra trăm bạc, nó nói:

– Tối qua tiêu hết còn một trăm. Hai anh em mình đi ăn phở.

Chín tiu nghỉu:

– Còn có một trăm à? Thôi mày đi ăn đi vậy. Còn mày mua cho tao bao thuốc. Tao nhịn đói đến trại vậy. Có gói thuốc hút cho đỡ buồn.

Con Thám chỉ vào túi anh:

– Mới mua thuốc tối qua mà.

Chín bước đến với chiếc áo mặc vào người, nó vỗ vỗ túi ngực:

– Còn có vài điếu à. Thôi mày đi ăn đi rồi mang thuốc về cho tao. Tao sửa soạn mấy cái quần áo là tao đi liền đó.

Thám ái ngại nhìn anh:

– Thôi anh cầm cả trăm bạc mà tiêu vậy. Anh mua thuốc hay đi xe làm gì thì làm. Em khỏi ăn cũng được.

Chín lại nhe răng cười, nó giật lại tờ giấy trăm trên tay em:

– Mày điệu quá, khi nào về thăm nhà tao trả mày. Trả nhiều nữa.

Chín mặc nhanh chiếc quần, nó cũng lấy tờ báo cũ gói mấy bộ đồ khác rồi cắp vào nách. Chín bước ra cửa nói với em:

– Tao đi nghe. Mày đừng nói gì với mẹ hết về chuyện tao đi lính. Mày cứ nói không biết và đừng cho bà ấy đi tìm tao. Tao dặn lại một lần nữa là lo giữ lấy thân, không được chơi với tụi mất dậy đó.

Thám gật đầu bước theo Chín ra ngõ:

– Tụi nó là bạn anh mà.

Chín ngừng lại quay sang Thám:

– Nhưng tao cấm. Nghe rõ chưa. Hôm nào tao về mà nghe nói mày đĩ ngựa tao "dộng" lựu đạn cho mày chết luôn đó.

Thám gật đầu, Chín bước đi. Con Thám cũng bước theo. Ra tới ngoài đường, Chín trèo lên xe lam. Thám nói:

– Anh đi mạnh giỏi nghe. Nhớ về hoặc viết thư về cho em đó.

Chín gật đầu:

– Ừ, tao sẽ về luôn. Mày về nhà với mấy đứa nhỏ đi chứ.

Thám chỉ tay ra phía ngã tư xa lộ:

– Em ra ngoài đó kiếm chác.

Chín chỉ mặt Thám:

– Coi chừng tụi Mỹ bắt được nó đánh thấy con đĩ bà mày.

Thám cười tự tin:

– Em chì lắm rồi mà anh. Em đâu có sợ tụi nó.

Chiếc xe chuyển bánh, Chín nói lại phía em:

– Mày nói thằng Túy tao đi rồi nghe.

Con Thám gật đầu. Nó nhìn theo chiếc xe lam lẫn vào dòng xe cộ nườm nượp.

Con Thám thẫn thờ bỏ đi. Nó ngược đường đi về phía ngã tư xa lộ. Nó thấy đói bụng và thèm ăn. Nó cần phải tìm con bạn nó.

Thám ra tới ngã tư xa lộ nhớn nhác tìm khắp nơi nhưng chẳng thấy con bạn đâu.

Thám đứng ngóng cái xe Mỹ một hồi chưa dám lấy một cái gì. Thám đói lắm. Bụng nó cồn cào khó chịu. Nó ân hận đã đưa cho anh nó cả trăm bạc. Bây giờ đói quá nó mới thấy là mình dại.

Thám đành đi tìm con bạn nữa, nó đi về hướng nhà bạn nó. Thập thò ngoài cửa nhưng chẳng thấy bạn đâu. Đợi hồi lâu Thám lại đành trở ra ngã tư xa lộ, cũng vẫn chẳng thấy nó.

Thám đánh liều kiếm một món gì bán lấy tiền ăn quà. Nó băng qua bờ lề nổi lên ở giữa con đường nhựa đứng chờ. Rất nhiều xe Mỹ đi qua, nhưng Thám chưa dám. Nhiều xe quá cũng không lấy được vì xe sau tụi nó sẽ coi xe trước.

Mãi sau Thám mới thấy được một chiếc xe trờ tới đậu ngay chỗ đèn đỏ. Thám cẩn thận nhìn về phía sau. Không có chiếc xe nào khác!

Thám đánh liều nhẹ trèo lên phía sau. Một đống hộp gì đó được phủ bởi một tấm vải bạt. Thám nhanh nhẹn bê đại một hộp nhảy xuống. Tên Mỹ lái xe chợt thấy. Nó bỏ xe đuổi theo.

Thám ăn chắc vì nó sẽ lỉnh vào một ngõ hẻm và sức mấy tên Mỹ kia bắt được. Nhưng Thám vừa băng qua lề đường bên kia thì một chiếc xe cũng vừa đậu xịch tới.

Một tên Mỹ khác nhảy xuống thuận tay chộp tóc Thám. Chiếc hộp trên tay Thám rơi xuống đất. Hai tên Mỹ xúm lại. Một người lượm chiếc hộp lên. Một người túm Thám tát mấy cái trời giáng. Thám choáng váng mặt mày. Nó không còn thấy trời đất gì nữa.

Nó cảm thấy chới với dưới cánh tay to lớn của người Mỹ. Nó lậy van rối rít. Sự lậy van bộc phát khi ở vào một hoàn cảnh bị trừng trị bất ngờ. Đã nhiều người qua đường xúm lại xem.

Mấy người Mỹ buông Thám ra, họ lấy lại chiếc hộp mang trở về xe. Người thì cười hô hố, kẻ thì lắc đầu tỏ vẻ bất bình. Thám luồn vào trong hẻm co giò chạy mất. Nó chạy một hồi ra tới đầu hẻm khác. Thám vuốt lại tóc tai quần áo.

Nó thấy ù tai và đau ở mặt. Thám men theo mái hiên đi, thỉnh thoảng còn ngoái lại xem có ai nhìn theo không. Thám lang thang hồi lâu rồi lại trở về nhà con bạn.

Nó thấy cô độc vô cùng trong lúc này. Cần phải tìm con bạn của nó. Nhưng khi đến nhà con bạn, Thám cũng chẳng thấy nó đâu. Loanh quanh một hồi con Thám đành trở về nhà mình.

Nó lấy gương xem lại mặt mũi mép bị sưng. Con Thám ra vục nước rửa mặt rồi trèo lên nằm trên võng. Lúc đó nước mắt nó mới tràn ra. Con Thám khóc ấm ức một mình. Và bụng đói cồn cào, nó ngủ thiếp đi trên võng.

Con Thám tỉnh dậy khi mẹ nó về. Bà mẹ thấy con còn ngủ tưởng nó vẫn ngủ từ sáng đến giờ bèn la rầy, Thám lẻn xuống bếp đứng, người mẹ nói:

– Con gái lớn tướng mà trưa rồi cũng chẳng nấu cơm. Mày bỏ đi đâu tối hôm qua?

Thám không trả lời. Nó cũng chẳng biết trả lời mẹ nó ra sao, người mẹ lại nói:

– Ở nhà cũng phải lo nấu cơm đi chứ. Bộ chúng mày cũng phải chờ tao về làm nốt cái việc đó sao?

Thám lảng đi lấy gạo bắc bếp. Nó cúi gằm mặt làm việc không dám ngẩng lên nhìn mẹ.

Một lát sau thằng Túy về tới, Túy móc túi đưa mẹ cuộn tiền. Người mẹ giở ra đếm. Túy hỏi:

– Mẹ kiếm được việc làm chưa mẹ?

Người đàn bà gật đầu:

– Ngày mai mẹ sẽ làm cho nhà một người bên Bà Chiểu.

Túy hỏi:

– Người ta mướn mẹ làm gì?

Người đàn bà thở dài:

– Thì ở đợ chứ làm gì nữa con. Mẹ quét nhà, lau nhà, coi em, nấu bếp. Họ sai gì thì làm đó.

Túy nói:

– Sao nhiều việc thế mẹ?

Người đàn bà kể lể:

– Làm việc nọ thì thôi việc kia. Người ta mướn từ sáng đến tối. Có gì là đấy. Nhà người ta cũng có người đầu bếp rồi.

Họ mướn mẹ làm các công chuyện trong nhà và phụ với chị bếp.

Túy lại hỏi:

– Lương người ta trả bao nhiêu?

Người đàn bà nhìn con:

– Hai ngàn cơm ăn. Từ nay mẹ sẽ ăn cơm trưa ở nhà người ta. Tối mẹ mới về nhà. Người ta nói nếu làm được việc họ bằng lòng tháng sau sẽ trả ba ngàn.

Túy lắc đầu:

– Ít thế mẹ ở nhà cho rồi. Để mình con đi làm cũng đủ cho cả nhà ăn.

Người mẹ nhìn Túy cảm động:

– Thật vậy đó. Nhưng mẹ hiện cũng chưa tìm được việc gì khá hơn.

Cứ để mẹ ở đây ít lâu. Nếu có việc gì khác nhiều tiền hơn mình sẽ tính sau. Con đi làm cũng được nhưng mẹ sợ còn ngày mưa ngày nắng. Có ngày con kiếm được nhưng cũng có ngày kiếm không được.

Túy im lặng. Người đàn bà xoa đầu con:

– Thôi để mẹ ra hàng chạp phô đầu ngõ xem có gì ăn mua về ăn đỡ.

Bà ta tất tả bỏ đi. Lát sau bà cầm trên tay bó rau và mấy bìa đậu. Bà ta nói:

– Nhà mình còn nước tương. Rau luộc chấm nước tương ăn với đậu rán. Ngon chán.

Khi dọn cơm ra không thấy Chín đâu, người đàn bà phàn nàn:

– Thằng Chín lại đi đâu rồi! Không về ăn cơm.

Thám nghe mẹ hỏi nhưng im lặng. Việc Chín vắng nhà là chuyện thường nên cả nhà ăn cơm. Khi con Thám rửa chén thấy Túy đi ngang nó nháy Túy lại gần nói nhỏ:

– Anh Chín nói ảnh đi lính biệt kích rồi.

Túy trố mắt:

– Đi lính?

Thám gật đầu. Túy lại hỏi:

– Đi rồi?

Thám gật đầu:

– Sáng nay.

Túy hỏi dồn:

– Rồi mày thấy anh ấy có tiền đi xe không?

Thám chỉ vào mình:

– Em cho anh ấy một trăm.

Túy lại trố mắt nhìn Thám:

– Mày có tiền?

Thám cong cớn:

– Bộ mình anh có tiền sao?

Túy bỏ đi ra cửa ngồi. Nó thấy tội nghiệp cho anh nó. Nếu nó biết Chín đi lính thiệt nó sẽ dúi cho anh nó mấy trăm tiêu vặt. Túy suy nghĩ vẩn vơ. Người mẹ thấy vậy nói:

– Con có mệt thì ngủ một giấc rồi hãy đi làm.

Túy lắc đầu:

– Thưa mẹ anh Chín đi lính rồi. Con lo quá vì anh ấy không có tiền mang theo.

Người mẹ nghe tin ấy cũng choáng váng:

– Nó đi lính? Thằng Chín bỏ đi lính?

Túy không nói gì, người mẹ rươm rướm nước mắt:

– Nó chỉ làm khổ tao thôi. Có nó là lớn nhất mà chẳng ra gì. Tao bảo nó ra làm chung với con, nó chẳng chịu. Bây giờ nó bỏ đi mẹ lại thêm một nỗi lo nữa.

Túy lẳng lặng đi ra đầu ngõ. Người đàn bà khóc sụt sùi một mình. Bà ta thấy tủi thân tủi phận trước nông nỗi gia đình. Con cái bà hình như chúng đã thoát ra khỏi sự bảo bọc của bà.

Hay đúng hơn bà ta cảm thấy bà đã không bao bọc nổi chúng. Bà khóc mà nghĩ tới người chồng đã chết nên nỗi khổ đau lại càng tăng thêm.

Người đàn bà hoảng hốt trước một tương lai đen tối. Rồi đây những đứa con bơ vơ của bà sẽ ra sao? Chúng sẽ còn bị trôi vật vờ đến chốn nào nữa. Còn đứa nào sẽ bỏ đi như Chín. Bà nhìn hai đứa nhỏ nhất nằm ngủ lăn quay trên bộ ván mà bắt quặn đau trong lòng.

Con Thám thấy mẹ ngồi khóc, nó bỏ ra ngoài rồi lại tìm đến nhà con bạn. Lần này con bạn có nhà. Thoáng thấy Thám ngoài ngõ, con bạn ra dấu chờ rồi nó cũng lẻn ra. Hai đứa dắt nhau đi. Thám trách:

– Mày đi đâu từ sáng đến giờ, tao kiếm hoài không thấy.

Con bạn cười bí mật:

– Tao kiếm được việc rồi.

Thám chợt se lòng:

– Thảo nào tao ra ngã tư xa lộ không có mày ở ngoài đó. Mày… có việc làm rồi thì tao chắc cũng không dám đi ăn cắp nữa. Một mình tao làm đâu có được. Sáng nay tao bị tụi nó bắt được đánh sưng mặt lên đây này.

Con bạn quay nhìn nơi mép chỗ Thám chỉ, nó tội nghiệp lắc đầu:

– Tụi nó nỡ đánh mày vậy sao.

Thám chảy nước mắt:

– Nó bắt được quả tang nó đánh rồi thả ra là phúc đó. Tao sợ bị giao cho cảnh sát tao còn đi tù nữa chứ.

Con bạn ái ngại nhìn Thám, nó nói:

– Để tao nuôi mày. Tao làm ra nhiều tiền tao sẽ bao mày tất cả.

(k.d.)

Thám tặc lưỡi:

– Vậy mày cho tao đi làm với.

Con bạn lại nhìn Thám:

– Mày còn nhỏ quá. Chắc không chịu được đâu.

Con Thám cả quyết:

– Mày làm được tao cũng làm được. Chứ đi ăn cắp để bị tụi nó đánh đập thế này tao còn cực hơn.

Con bạn vẫn lắc đầu:

– Nhưng mày chưa quen việc này như tao.

(k.d.)

Thám tỏ vẻ chán nản:

– Việc làm đĩ tao chưa làm được mà đi ăn cắp thì mình tao cũng không dám. Vậy là mày bỏ tao một mình. Rồi tao phải làm sao đây.

Con bạn nhìn Thám:

– Thì mày cứ về nhà mày. Mẹ mày còn thương yêu mày. Các em mày cũng không ghét mày. Nhất là thằng anh mày đó, thằng Chín đó, nó cũng đâu có muốn mày bị nhục.

Thám lắc đầu:

– Anh Chín tao đi rồi. Đi lính biệt kích.

Con bạn hỏi:

– Mới tối qua đây mà đi gì?

Thám kể cho con bạn nghe chuyện anh nó đi sáng nay. Rồi nó kết luận:

– Tao có mẹ thật đó, nhưng mẹ tao nghèo quá. Bà ấy phải đi ở đợ. Nhà tao thiếu thốn đủ thứ. Tao chán ở nhà quá. Phải còn bố tao chưa chết. Phải chi nhà tao giầu một tí.

Con bạn an ủi:

– Thôi mày cứ chịu đựng ở nhà mày đi. Tao sẽ cho

tiền mày.

Đừng đi ăn cắp nữa. Lỡ nó bắt được lại ốm đòn. Hoặc là bị tù thì khổ thân. Tao đi làm rồi có nhà ở mày lại chơi với tao luôn.

Thám phàn nàn:

– Phải chi tao lớn được bằng như mày tao cũng ráng đi theo mày cho sướng.

Con bạn kể lể:

– Kể ra thì mày cũng chẳng bé hơn tao bao nhiêu.

Trong cái bar chỗ tao quen có mấy con nó cũng chỉ bằng mày, nhưng tụi nó ma lanh lắm, đâu có khờ khạo như mày.

(k.d.)

Thám dặn dò:

– Mày đừng bỏ tao nghe. Mày bỏ tao thì tao buồn lắm. Biết đâu ít nữa tao chả phải nhờ mày chỉ dẫn cho tao.

Con bạn lườm Thám:

– Tao đâu có bỏ mày. Tao sẽ còn bao mày nữa mà. Mày yên tâm. Sở dĩ tao nói mày cứ ở nhà là vì tao không muốn mày ẩu tả như tao. Mày có giống hoàn cảnh như tao đâu. Mày chỉ cần tiền để ăn quà may mặc thì tao lo cho mày.

Thám im lặng. Con bạn kéo Thám vào một nhà hàng. Nó gọi đồ ăn vung vít cho Thám ăn thả cửa. Thám ăn vui vẻ quên nỗi buồn của nó.

Khi về con bạn còn dúi cho Thám một trăm tiêu vặt với lời nói:

– Tao cho mày. Mấy hôm nữa có tiền tao sẽ cho mày nhiều. Hôm nay mới là bữa đầu tao đi làm.

Thám cầm tờ giấy bạc cuộn lại trong tay. Trước khi bước đi nó hỏi:

– Tao muốn gặp mày tao kiếm ở đâu?

Con bạn ngẫm nghĩ một lát:

– Mày cứ lại nhà tao đi.

Thám lắc đầu:

– Lại nhà mày tao ngán lắm. Má mày chửi luôn cả tao thì sao.

Con bạn ngần ngừ, sau cùng nó nói:

– Nếu mày cần gặp tao mày cứ lại bar Thiên Hương ở đường Nguyễn văn Thoại là có tao.

Thám gật đầu. Nó rời bàn tay con bạn bước đi. Thám đi lang thang trên hè phố và lòng buồn man mác. Con bạn thân nhất của nó cũng đã có được một đời sống an thân.

Thám thấy mình bơ vơ vô cùng. Nó có thể làm được gì bây giờ? Nó sẽ ra sao và về đâu? Thám đi lang thang như thế dưới ánh nắng oi bức buổi chiều thành phố. Tờ giấy bạc trong tay nó đã ẩm vì mồ hôi.

Thám tiến đến một hàng trái cây, nó chọn mua một xâu trái cóc dầm xát muối cầm ăn và ngó bâng quơ ra đường. Mọi người đều qua lại, không ai để ý đến nó. Không ai nhìn thấy nó. Thám đi chán, nhìn chán, mệt mỏi lại về nhà. Người mẹ thấy Thám về chẳng buồn nói. Bà ta đang nấu cơm. Một lúc sau người mẹ mới bảo:

– Mày ra phụ dọn đồ với thằng Túy cho nó về ăn cơm với.

Thám lẳng lặng ra đi đến chỗ Túy làm việc. Nó ngồi nhìn Túy đang lắp vỏ ruột bánh xe gắn máy. Thám nói:

– Mẹ bảo em ra dọn đồ về với anh.

Túy gật đầu:

– Mày chờ tao một chút đi. Xong cái này tao về mà.

Rồi như chợt nhớ ra điều gì Túy bảo em:

– Mà có đồ gì phải dọn về nhà đâu. Tao gửi cả ở nhà ông gác dan, về người không như mọi ngày. Sao hôm nay mẹ lại bảo mày ra dọn?

Thám nhìn anh:

– Chắc mẹ thấy em ở không mẹ sai ra phụ đỡ anh. Anh có thấy là trong nhà mẹ lo cho anh hơn cả không?

Túy im lặng. Nó cũng nhận thấy lời con Thám nói là đúng. Con Thám tiếp:

– Mẹ chiều anh nhất, mẹ quí anh nhất. Cái gì mẹ cũng nói để phần anh.

Nhiều bữa chờ cơm đói phát chết mà mẹ không cho ăn trước bắt phải đợi anh về. Làm ra tiền như anh cũng sướng nhỉ.

Túy quay sang Thám:

– Mày chỉ nói tầm bậy. Bộ mẹ ghét bỏ mày lắm sao?

Thám xích lại gần anh:

– Mẹ chẳng ghét gì đứa nào nhưng trong nhà chỉ có anh làm ra tiền nên mẹ trọng đãi hơn. Anh thấy không mẹ sai em ra dọn đồ cho anh đó thôi?

Túy cắm đầu bóp bóp cái bánh xe. Thám tiếp:

– Em cũng muốn làm ra tiền mang về cho mẹ. Nhưng em chẳng biết làm gì. Nhiều lúc thấy buồn buồn là anh ạ.

Túy với chiếc bơm lắp vòi vào đầu “van”. Thám đòi bơm hộ anh. Túy để cho nó làm. Tay đỡ chiếc vòi cao su, Túy nói:

– Thì mày là con gái. Mày lo công chuyện ở nhà cho

mẹ. Lo nấu cơm nấu nước lo coi sóc mấy đứa em, quét dọn nhà cửa cũng là việc chứ gì.

Thám chán nản và chậm chạp đưa đẩy tay bơm:

– Làm những việc đó chán thấy bà. Mẹ có "đếm" được đâu thế nên mẹ cũng chẳng quí bằng quí anh thương anh.

Túy phì cười:

– Mày cũng lo tị nạnh gớm nhỉ. Lát nữa về nhà tao bảo mẹ thương mày nhất.

Thám buồn rầu:

– Bảo khỉ gì. Em muốn đi làm quá.

Túy trề môi:

– Thôi đi bà nội. Mày mà làm được cái gì.

Thám tức tối:

– Anh đừng khi thường em. Rồi em đi làm cho anh coi.

Túy tháo ống cao su ra, con Thám vẫn ấn cái bơm xuống, hơi thoát ra khỏi đầu vòi thành một tiếng xịt thổi bụi tung toé. Túy hỏi:

– Mày tính làm gì. Không lẽ mày cũng đi biệt kích như anh Chín. Hay là mày đi nữ quân nhân như cái cô gì bên cạnh nhà mình ấy.

Thám ưu tư:

– Thiệt đó. Nếu em lớn em cũng đi lính đàn bà cho rồi.

Túy chọc em:

– Thì ráng mà chóng lớn lên.

Thám nhìn ra phía đường:

– Chỉ kẹt là mình còn bé. Còn bé vẫn bị mọi người coi thường. Nếu lớn em đâu có chịu vậy.

Túy làm xong chiếc xe cuối cùng. Nó nhận tiền của khách hàng rồi thu xếp đồ nghề. Thám giúp Túy mang mấy chiếc thùng sắt và cái chậu, cái bơm vào gửi nhà ông gác dan. Hai anh em ra đường đón xe lam về nhà. Ngồi trên xe rồi Túy mới nói:

– Hôm nay phát tài vì có mày nên tao mới đi xe lam đó. Mọi khi tao lội bộ về như không.

Thám cũng khoe:

– Lúc nãy em cũng đi bộ ra chỗ anh đấy chứ. Tiền đâu mà đi xe.

Hai đứa về tới nhà thì trời tối. Trong bữa cơm người mẹ dặn con cái:

– Từ ngày mai mẹ phải đi làm suốt ngày. Vậy con Thám ráng lo mà nấu cơm mấy đứa ăn với nhau. Buổi tối chờ mẹ về rồi cùng ăn một thể. Có gì tao xin được sẽ mang về cho mà ăn.

Thám vừa ăn vừa nghe. Túy móc cuộn tiền kiếm được buổi chiều đưa cho mẹ. Người đàn bà đếm xong đưa tiền cho Thám dặn dò mua thức ăn. Thám cất tiền vào túi. Sáng hôm sau Thám thức dậy thì mẹ nó và Túy đã đi làm. Thám nghĩ tới công việc mình. Nó xách cái giỏ đi ra chợ. Thám đứng tần ngần nhìn mấy hàng rau, cá, thịt bày bán nơi đầu cầu. Thám chẳng biết phải mua những thứ gì và mua bao nhiêu. Nó mua đại hai mớ rau muống xong tặc lưỡi ngồi xuống hàng bún riêu. Bụng nôn nao đói. Thám ăn một tô có ớt thật cay và rau chuối thái nhỏ. Thám quẹt miệng xuýt soa tấm tắc. Rồi Thám mới tính lại chuyện mua thức ăn. Mua cá rắc rối tốn công làm vẩy tanh tưởi. Còn mấy chục bạc Thám nhặt đại miếng thịt về kho mặn cho rồi. Thịt kho với mấy miếng củ cải cũng xong một bữa. Mang đồ về nhà vất Thám nghĩ ngơi rồi lại đi. Nó tính gần trưa về nấu cơm cũng vừa. Thám trở ra ngã tư xa lộ. Nó đứng vớ vẩn một mình nhìn những xe cộ qua lại. Tụi con trai cũng cỡ trạc tuổi Thám đang trổ nghề ăn cắp như bọn Thám mấy bữa trước. Thám xem tụi nó một lát rồi lân la đến gạ cho làm chung. Thám nghĩ phải nhập bọn tụi này mới được. Tụi con trai nhìn Thám hồi lâu rồi một đứa nói:

– Đồ mày thì làm được cái chó gì.

Thám phân bua:

– Chúng mày đừng tưởng. Mọi khi tao vẫn lấy của tụi nó nhiều thứ lắm. Tao lấy được cả kích xe nữa. Con bạn tao nó bỏ đi bán bar rồi nên tao một mình không dám làm. Tụi bây cho tao làm chung với. Tao sẽ bám vào tụi Mỹ lái xe ngồi trước, tao làm cho chúng nó quên đi phía sau chúng mày tha hồ mà lấy. Rồi chúng mày chia cho tao bao nhiêu cũng được.

Tụi con trai nghe cũng có lý nên bằng lòng. Thế là ngay buổi sáng hôm đó Thám đã nhập bọn làm chung với bọn con trai. Song đến trưa cả bọn cũng chẳng được là bao. Mấy hộp nước ngọt chia nhau uống và hộp sắt khi mở ra bên trong trống không. Tụi con trai càu nhàu chửi Thám:

– Tại hôm nay có con nhỏ này nên tụi tao xui quá. Đếch kiếm chác được gì.

Một thằng khác nhìn con Thám nói:

– Mẹ cóc hôm qua mỗi đứa còn được vài trăm. Hôm nay hốc xịt. Thôi mày đi nơi khác để tụi tao còn làm ăn.

Thám năn nỉ tụi nó:

– Chúng mày cho tao chung với. Hôm nay không

được gì thì chiều mình làm nữa. Cũng ngày thế nọ ngày thế kia chứ. Đâu phải tại tao.

Tụi con trai không nói gì, chúng tản mát về nhà. Thám cũng chạy thật nhanh về nấu cơm, khi tới nhà, Thám đã thấy Túy lóng ngóng dưới bếp. Túy cự nự:

– Mày đi đâu mà không lo cơm nước. Mấy đứa nhỏ nó la đói như giặc đây này.

Thám cự lại anh:

– Tôi đi làm.

Túy há hốc mồm nhìn em. Thám lấy gạo bắt nồi cơm và nhặt rau luộc. Tìm đến miếng thịt thì không thấy nữa. Chắc mèo hay chó hay chuột tha mất rồi. Thám chửi lầm bầm:

– Tao mà vớ được tao đập chết.

Túy hỏi:

– Mày nói ai?

Thám chỉ vào bếp:

– Con chó con mèo con chuột chớ ai?

Túy vẫn chưa hiểu.

– Nó làm sao?

Thám tức tối quay sang anh:

– Nó đớp mất miếng thịt rồi. Nghĩa là ăn cơm chỉ có rau luộc.

Túy hiểu ra, nó cười thích thú. Thám nói láo:

– Tiền mẹ đưa đi chợ, em mua rau còn bao nhiêu mua hết thịt về kho. Bây giờ tìm đến miếng thịt mất tiêu.

Túy lại càng cười lớn:

– Chứ không phải mày ăn hàng à?

Con Thám tức lộn ruột. Ăn hàng thì có ăn nhưng không

phải ăn hết. Nó vẫn mua một miếng thịt và đã mang về đây. Nó quay sang hét lớn:

– Anh đừng có nói láo. Tôi có mua thịt về đây mà.

Túy thấy nét mặt em giận dữ thực bèn nói sang hướng khác:

– Có mua nhưng bây giờ chó ăn hộ thì mày lấy tiền của mày đi làm được đâu mua cái gì ăn chứ không lẽ cơm rau thôi sao?

Thám uất muốn khóc. Phải chi nó có tiền nó sẽ đi mua về đền lại. Phải chi sáng nay kiếm được chút ít bây giờ nó cũng có thể tỏ cho thằng Túy biết nó không phải là đồ bỏ, nó không phải là tay mơ ăn hại. Túy chỉ nói đùa, nhưng thấy con Thám uất ức thật sự. Túy móc túi đưa tiền cho em:

– Mày chạy ra ngoài đầu ngõ mua đỡ cái gì ăn vậy. Thám đang cáu tiết thấy tờ giấy bạc chìa ra trước mắt, nó giật lấy xé toạc rồi vò vất đi. Túy tiếc của nhảy chồm tới lượm tiền lên. Túy trải tờ giấy bạc ra lắp từng miếng với nhau. Thám lườm anh.

– Tiền của anh quí lắm nhưng tôi cóc cần. Tôi xé ra đó.

Túy cũng tức điên lên, nó lắc đầu nhìn đứa em ngỗ nghịch. Túy lẳng lặng lấy cơm dán tờ giấy bạc rách lại rồi cúi đầu ra ngõ. Lát sau Túy mang về hộp cá mòi: Túy gọi các em về ăn cơm. Nó mở hộp cá ra để trên mâm. Con Thám cũng đã nguôi giận, nó trở lại bình tĩnh, không thấy Túy tỏ vẻ giận dữ gì lại còn lẳng lặng đi mua cá hộp. Thám đâm sợ. Nó hơi ân hận về sự phung phí của nó, nó ân hận vì đã xé tờ giấy bạc công lao khó nhọc của anh nó kiếm được. Túy nghiêm trang nhưng dịu dàng gọi Thám ngồi vào ăn cơm. Thám rón rén cơ hồ không dám thở mạnh. Mãi hồi sau nó mới nhoẻn miệng cười:

– Em xé rách thế mà anh còn mua được sao?

Túy gật đầu:

– Tao dán lại và năn nỉ mãi người ta mới nhận. Cũng may nó chưa mất mẩu nào. Thôi ăn cơm đi đừng đứa nào nói gì nữa cả.

Bốn anh em chúng ngồi ăn cơm. Bữa cơm im lặng trôi qua. Túy không nói một câu nào nữa. Thám cũng trở lại lầm lì như cũ. Túy săn sóc hai đứa em nhỏ. Nó bới cơm và cá hộp cho em ăn. Xong bữa Túy đứng dậy nói trống không:

– Dọn dẹp, rửa bát, anh đi làm.

Túy lầm lì bước ra ngõ, Thám liệng chén bát vào chậu nước rồi trèo lên võng nằm. Lát sau nó ngủ thật ngon.

Thức ăn đã được dọn trên bàn ăn. Người vợ cũng đã từ trên lầu đi xuống. Mấy đứa con bám tay mẹ đứng trong vườn chờ người cha về . Chị người làm bế đứa nhỏ một tay chị cầm chén cơm vừa dỗ dành nó vừa cho nó ăn. Con nhỏ thật nghịch ngợm.

Chị người làm cho nó ăn mà phải quần quật như đánh vật. Người mẹ thấy vậy vẫy con lại. Mấy mẹ con ngồi trên chiếc ghế mây ngoài vườn.

Người mẹ bồng đứa con nựng nó:

– Con ăn cơm đi chóng ngoan bố về bố thương.

Đứa nhỏ bi bô, miệng đầy cơm, nước rãi chảy ra cằm. Chị người làm vội vàng cầm khăn khẽ lau miệng nó.

Đứa nhỏ lè luôn ra tay chị rồi nhảy thoắt lên quay đi nơi khác. Chị người làm xúc một muỗng cơm khác đi vòng ra sau ghế. Con bé lại quay ra phía trước.

Chị ta lại đi vòng ra phía trước. Muỗng cơm trên tay. Người mẹ trẻ cười còn nói với chị ta.

– Chị ráng dỗ cho em ăn khá khá một chút giùm tôi. Kẻo đêm nó đói, quấy lắm.

Chị người làm than:

– Cô bé nghịch quá và lười ăn nữa. Tôi dỗ mãi mới có được nửa chén cơm.

Người mẹ trẻ gật đầu:

– Con gái mà nó phá phách như con trai. Nhà tôi chiều nó lắm. Chị trông coi giùm tôi chứ tôi thì chịu. Hôm rồi chưa có chị tôi phải coi nó, mệt muốn tắt thở luôn.

Chị người làm dạ nhỏ. Chị ta nghĩ tới đứa con nhỏ mình ở nhà. Nó được thả rông và chỉ có con chị nó vừa coi vừa mải chơi đùa.

Chị phải làm ở nhà này, phải coi con người ta để có tiền nuôi mấy đứa ở nhà. Con chị không chiều chuộng săn sóc được mà phải đi chiều chuộng săn sóc con người ta.

Bát cơm trên tay, muỗng cơm trên tay, chị chạy theo đứa nhỏ vòng quanh ghế mẹ nó ngồi.

Người chồng về tới. Ông ta xuống xe đi vào. Vợ con tíu tít đón mừng. Ông ta nựng vợ nựng con.

Ông ta bế đứa nhỏ lên tung khẽ trên cao. Con nhỏ cười khanh khách.

Chị người làm đi theo vợ chồng con cái chủ nhà vào phòng ăn.

Họ quây quần xung quanh chiếc bàn lớn. Họ bắt đầu ăn cơm. Chị người làm đứng bên cạnh chiếc ghế cao dành cho đứa nhỏ. Chị tiếp tục cho nó ăn. Người đàn ông hỏi vợ:

– Em mới mướn được chị gì đây phải không?

Người vợ gắp thức ăn cho chồng:

– Em nhờ bác Ba tìm hộ đó. Chị ấy mới bắt đầu từ hôm nay.

Người chồng im lặng ăn. Ông gắp đồ ăn cho mấy đứa lớn. Người vợ hỏi chị người làm:

– Chị có gia đình không?

Chị người làm nói:

– Tôi có năm cháu. Bố chúng chết rồi nên cơ cực lắm.

Người chồng quay sang chị ta:

– Chị có đứa con nào lớn chưa.

Người ở dạ nhỏ rồi tiếp:

– Thằng lớn nhà tôi mười sáu. Nó không được đi học nên lêu lỏng. Nó bỏ đi lính biệt kích gì đó rồi.

Người vợ trẻ than hộ chị:

– Con cái thế đó. Tụi con trai bây giờ sao chúng khó hiểu quá. Con nhà người ta lo trốn lính không được mà chúng nó có đứa lại đòi đi.

Người chồng buột miệng:

– Tại không có ai hướng dẫn, không có người kèm dạy nên sinh hư.

Chị người làm cúi đầu. Đúng là con cái chị không có người dạy. Chúng là những đứa trẻ mất dạy.

Người đàn ông lại hỏi:

– Chồng chị chết vì sao?

Chị người làm định nói thực, song nghĩ ngợi sao đó chị nói đại:

– Dạ đau.

Rồi vội vàng chị tiếp:

– Nhà tôi đau tim rồi chết.

Người đàn ông lại im lặng gắp đồ ăn cho các con.

Người vợ trẻ buông thỏng:

– Tội nghiệp!

Đứa con nhỏ của họ vừa tụt xuống khỏi ghế, chị người làm phóng tới, như một cuộc rượt bắt. Gia đình người chủ ăn cơm nhộn nhịp. Chị người làm chạy theo công việc của mình.

Bữa cơm đã xong. Vợ chồng con cái họ kéo nhau lên lầu. Chị người làm dọn dẹp chén bát mang xuống bếp. Chị ăn cơm. Người bếp nói với chị.

– Có mấy món ăn dư đó. Chị lấy mang về cho mấy đứa con chị nó ăn.

Chị người làm ngập ngừng:

– Lấy mang về được không. Lỡ bà chủ rầy thì sao?

Người bếp tiếp lời:

– Chủ không rầy đâu. Mọi khi chưa có chị tôi đều đổ xuống thùng nước gạo.

Chị người làm mừng rỡ. Chị lại ngập ngừng:

– Vậy tôi gom lại mang về được chứ?

Người bếp gật đầu. Chị người làm dồn các thức ăn thừa và cơm.

Chị kiếm giấy gói lại. Người bếp lại hỏi:

– Chị không ăn ư?

Chị người làm lắc đầu:

– Nếu mang về được, tôi mang về ăn chung với các con tôi luôn cho vui.

Rồi chị thu dọn đồ đạc, rửa chén dĩa, lau nhà. Công việc xong chị nói với người bếp:

– Tôi về được chưa bác?

Người bếp gật đầu:

– Tôi cũng xong rồi đây. Ta về cho sớm.

Người bếp lên lầu chào ông bà chủ. Chị người làm cũng rón rén đi theo. Bà chủ đang ngồi coi truyền hình quay ra nói với chị người làm.

– Chị ngủ lại đây được không?

Chị người làm lí nhí xin về. Bà chủ nhà nhỏ tuổi gật đầu:

– Thôi chị về vậy. Giá chị ở lại được thì đỡ tôi. Tôi sẽ giao con nhỏ chị coi luôn.

Chị người làm ngập ngừng:

– Dạ có mấy món ăn thừa, cháu xin bà chủ cháu mang về.

Bà chủ nhà đon đả:

– Còn thừa sao? Bộ chị không ăn cơm à?

Chị người làm nói:

– Dạ cháu xin mang về ăn cùng với mấy đứa nhỏ. Tụi nó còn chờ cơm ở nhà, thưa bà.

Bà chủ nhà gật đầu. Chị người làm bước xuống. Người bếp và chị bước ra khỏi nhà. Họ khép cửa lại. Chị người làm chào người bếp rồi ra đường đón xe Lam. Trời đã tối. Khi về tới nhà. Chị người làm thấy Túy ngồi bó gối chờ nơi cửa. Nó reo lên khe khẽ:

– Mẹ đã về.

Người mẹ đưa gói đồ ăn cho con. Bà ta hối Thám dọn cơm. Năm mẹ con xúm lại trước gói đồ ăn mới mang về. Tụi trẻ châu đũa vào gắp. Người mẹ nhìn các con rưng rưng sung sướng.

Túy hỏi:

– Mẹ đi làm có vất vả lắm không?

Người đàn bà và cơm:

– Làm việc vặt trong nhà và coi trẻ thì có gì vất vả đâu con.

Túy lặng lẽ ăn. Con Thám nhồm nhoàm:

– Mai có đồ ăn mẹ để riêng ra mang về. Ngon đó, nhưng mẹ đổ lộn xộn vào nhau thế này ăn chẳng ra làm sao cả.

Người mẹ ầm ừ. Túy mắng em:

– Được thế này ăn là phúc rồi. Mày còn bắt mẹ bày vẽ để riêng cho nó lỉnh kỉnh nữa sao?

Người mẹ ôn tồn:

– Thì để mai mẹ mang mấy cái lon đi đựng mang về. Hôm nay có canh nhưng mẹ phải đổ đi.

Con Thám suýt soa tiếc rẻ, nó than:

– Ăn đồ thừa vậy mà còn ngon. Cơm nhà mình rau luộc không chán, nuốt đâu nổi.

Người mẹ bảo Thám:

– Thì mày lo kiếm lon để sẵn đi. Sáng mai mẹ mang đi.

Con Thám vâng dạ. Trong khi mấy đứa con ăn uống ngon lành. Người mẹ lại căn dặn chúng ở nhà ngoan ngoãn.

Túy chêm vào:

– Con Thám mày phải coi các em mày chứ. Mày bỏ đi để hai đứa ở nhà ai coi.

Thám lẩm bẩm:

– Ở nhà chán bỏ xừ. Tôi muốn đi làm cho rồi. Tôi đang kiếm việc đây.

Người mẹ buông đũa bát:

– Mày cũng đi kiếm việc. Mày cũng đi làm? Nếu vậy thì mẹ đỡ quá nhỉ. Mày định làm gì nói cho mẹ nghe thử coi.

Thám nghe mẹ hỏi một cách mỉa mai, nó đâm bối rối.

Trong nhà nó chỉ có thể nói ẩu và thành thực với thằng Chín, anh nó. Nhưng Chín đã bỏ đi. Những người còn lại trong nhà này nó không dám ăn nói như vậy.

Chỉ còn hai đứa em nhỏ, thỉnh thoảng nó có thể chửi bới đổ xuống đầu xuống cổ em nó những bực bội cáu kỉnh.

Người mẹ hỏi lại:

– Sao, con Thám định đi làm gì nói đi.

Thám lúng túng trả lời:

– Con định đi ở đợ như mẹ.

Người đàn bà cúi mặt. Túy rầy em:

– Bộ mày thấy đi làm cho người ta sung sướng lắm sao mà mày nhắc tới hoài vậy.

Thám quệt tay áo ngang miệng đứng lên:

– Em không làm việc đó thì làm gì. Không lẽ em cũng có tài sửa xe như anh để được mẹ cưng.

Túy nhìn theo em nói với mẹ:

– Hồi nãy nó có nói với con là trong nhà này mẹ chỉ quý chỉ thương con mà thôi, mẹ không thương tụi nó.

Người mẹ cũng bỏ đũa đứng lên, bà ta nói như rên rỉ:

– Chúng mày có thương tao không mà sao cứ kèn cựa nhau vậy. Tao coi đứa nào cũng như đứa nào.

Thám nói từ dưới bếp vọng lên:

– Mẹ nói thế là sai. Đứa nào làm ra tiền là nhất định mẹ phải thương hơn. Tôi sẽ làm ra tiền mang về cho mẹ cũng thương tôi như thương anh Túy. Tôi sẽ đi ở đợ.

Túy xuống bếp la em:

– Tao cấm mày nói đến tiếng ở đợ. Bây giờ người ta không nói như thế nữa.

Rồi ghé sát tai Thám, Túy nói nhỏ:

– Sao mày nhục mạ mẹ hoài vậy?

Thám gân cổ cãi lớn:

– Em nói em đi ở đợ chớ em có nói mẹ đâu. Mẹ đi làm.

Túy vung tay định tát con Thám nhưng nó né tránh được. Thám cầm chiếc ca nhựa múc nước trong lu rửa mặt và uống mấy ngụm. Xong nó nói với Túy:

– Anh có quyền dữ. Anh còn định tát tai tôi nữa. Tôi lại càng cần phải đi làm.

Túy rót nước trong ấm ra ca mang lên cho mẹ nó. Túy nói:

– Con nhỏ hồi này kỳ cục tệ.

Người mẹ thở dài:

– Thây kệ, nó muốn nói gì thì nói. Thì đúng là mẹ đi ở đợ chứ còn gì nữa. Nó nói đúng. Con đừng đánh nó làm chi, ồn ào nhà cửa.

Túy đề ghị:

– Hay mẹ cho nó đi học. Bây giờ mẹ và con đều đã có việc làm, cho nó đi học được đó. Học một buổi ở nhà coi em làm các việc một buổi, nó sẽ không có thời giờ lêu lỏng.

Người mẹ tươi tỉnh:

– Con nói phải đấy, mày kêu nó lên đây mẹ bảo.

Túy kêu em, con Thám lững thững đi lên. Nó nằm xuống võng, người mẹ hỏi:

– Mẹ cho con đi học đó.

Con Thám lắc đầu:

– Tôi không đi học đâu.

Người mẹ chưng hửng:

– Đi học không chịu mày lại muốn đi ở đợ như mẹ.

Thám tỉnh bơ gật đầu:

– Đi ở đợ còn sướng hơn đi học.

Người mẹ lắc đầu chán nản. Chợt con Thám ngồi nhổm dậy:

– Hay mẹ cho con tiền đi học tiếng Mỹ. Có lớp học tiếng Mỹ đàm thoại ba tháng nói chuyện được.

Túy gay gắt:

– Mày học tiếng Mỹ làm gì?

Thám phân bua:

– Để đi làm sở Mỹ. Có cho học tiếng Mỹ thì tôi đi, đi học chữ tôi không thèm.

Người mẹ la rầy:

– Đi học chữ cho biết qua loa tính toán chứ cái ngữ mày đi học tiếng Tây tiếng Mỹ sao được.

Túy cười mũi:

– Hay mày đi học để đi bán bar?

Thám la lên.

– Thật đó! Anh có đố không tôi học đi bán bar cho coi.

Người mẹ quát khẽ các con, bà nói nữa như khóc nữa như năn nỉ:

– Mẹ lạy chúng mày, chúng mày đừng gây với nhau nữa. Đừng nói tầm bậy tầm bạ nữa.

Con Thám vẫn nằng nặc:

– Cho tôi đi học tiếng Mỹ.

Người mẹ nghiêm giọng:

– Mỹ miếc gì. Từ nay mày đi học ở trường gì đó gần đây. Mỗi tháng tao cho ba trăm trả tiền thầy.

Con Thám bỏ ra cửa. Túy gọi giật nó lại:

– Dọn dẹp mâm cơm đi chứ.

Con Thám đi luôn. Người mẹ nói:

– Con để đó mẹ rửa chén bát cho.

Túy xăn tay áo bê chiếc mâm xuống bếp.

Con Thám ra ngồi đầu nhà. Nó nhìn vu vơ ra bóng tối phía trước. Làn gió mát thổi nhẹ bay phất phơ những sợi tóc trên đầu. Con Thám chợt nhớ đến buổi tối đi chơi với tụi con trai ở xa lộ.

Một tiếng soạt ở bụi cây phía trước làm con Thám giật mình. Nó lỉnh vội vào trong nhà. Thằng Túy vừa rửa chén xong, nó nhìn con Thám cau mặt:

– Khôn quá hé. Mày lừa cho tao rửa chén xong rồi mới dẫn xác về. Tao tưởng mày đi chơi đâu chứ.

Thám bĩu môi:

– Muốn đi chơi thiếu gì chỗ. Tôi quen nhiều lắm. Rồi anh coi.

Túy không thèm nói chuyện với em… Nó trèo lên bộ ván ngủ. Con Thám cũng tìm chỗ đi nằm.

Sáng hôm sau Thám bị dựng dậy khi người mẹ sửa soạn đi làm. Túy giục em:

– Ngủ hoài vậy mày. Mẹ kêu mày thức dậy lấy tiền tao đưa đi học.

Thám mắt nhắm mắt mở lồm cồm bò dậy. Rửa mặt xong trở ra nhà ngoài, người mẹ nói:

– Túy nó sẽ đưa mày đi. Nó đóng tiền và mày phải học hành đàng hoàng.

Túy cầm tiền. Người mẹ xách nón ra đi. Túy giục em.

– Sao đi chứ. Tao còn có công việc của tao mà.

Thám lẽo đẽo theo anh. Ra đầu ngõ. Thám gọi Túy:

– Này anh.

Túy quay lại:

– Gì mày.

Thám ngập ngừng:

– Anh đưa em đến trường Trí Dũng chứ gì. Thôi đưa tiền đây em đến xin học cũng được. Anh ra ngoài chỗ sửa xe sớm xem có mối nào không.

Túy bĩu môi:

– Rồi mày mang tiền đi ăn hàng chứ gì. Để tao dẫn mày tới nơi.

Thám xuống giọng:

– Em đâu dám thế. Mẹ đánh chết. Anh đưa tiền em đi một mình cũng được. Em đóng tiền mang biên lai về cho anh coi.

Túy ngần ngại một chút rồi lắc đầu:

– Không được. Tao không tin mày đuọc. Mẹ dặn tao phải đưa mày đi.

Thám lầm bầm:

– Đi học mà như dẫn tù không bằng. Lỡ đóng tiền mà tôi không chịu đi học thì sao?

Túy nhìn thẳng vào mắt em:

– Tiền này là tiền mồ hôi nước mắt của mẹ kiếm ra đó. Mày muốn tính sao thì tính.

Thám vẫn lải nhải:

– Học hành mà làm gì. Bộ anh nuôi tôi đi học làm đến luật sư bác sĩ gì sao. Học cha nó mấy tiếng Mỹ đi làm có phải nhanh không.

Túy lẳng lặng đi không nói. Thám gọi giật lại:

– Đi học mà không mua sách vở gì sao?

Túy mới sực nhớ đến đó. Nó đứng lại phân vân, đoạn nó quay sang Thám:

– Bộ sách vở giấy bút của tao hồi nọ đâu cả rồi. Mày đi học mà không lo sắp xếp những thứ đó bây giờ mới hỏi. Ở nhà có cả cặp nữa đó. Cặp bố mua cho tụi mình mày nhớ không.

Thám năn nỉ:

– Vậy để đến mai hãy đi học anh ạ. Hôm nay em sắp lại những thứ đó đã.

Túy bực mình ngang:

– Thôi mày về đi. Tao đi làm.

Thám bước theo:

– Anh đưa tiền em giữ cho.

Túy bực mình móc tiền dí vào mặt Thám:

– Mày mang đóng tiền trước, mang biên lai về cho mẹ

coi. Rồi liệu mà học.

Túy bỏ đi. Nó đến nơi sửa xe dọn đồ nghề. Ông già gát dan thấy Túy hỏi ngay:

– Sao hôm nay mày ra trễ vậy?

Túy làm bộ nhún vai:

– Lâu lâu ngủ thêm một lát cho khoẻ mà bác.

Người gát dan bập bập điếu thuốc trên môi:

– Mày sướng thật.

Túy quay sang ông già:

– Bác nói cháu sướng?

Ông già gật đầu:

– Lai rai như mày mà lại sướng. Mỗi ngày cũng kiếm được vài trăm, bằng lương thầy ký. Vậy mà mày lại tự do. Muốn ngủ thêm cứ việc ngủ. Buồn đi chơi cũng chả sao. Tao thấy mấy thầy ký cô ký trong sở này đi trễ bị xếp xài xể tã người ra như chiếc mền rách. Lâu lâu có đi đâu lại phải xin phép. Vậy là mày sướng hơn họ rồi đó.

Túy lẩm bẩm:

– Bác nói vậy chớ cháu mà sướng cái nỗi gì. Trông mấy thầy mấy cô ấy nhởn nhơ, mặt mày rạng rỡ, quần áo bảnh bao, ai mà bảo khổ.

Ông già rút hai chân lên ghế ngồi chồm hổm:

– Mày ngu như chó. Mày sướng mà không biết đó thôi. Mày còn sướng hơn tao nhiều nữa.

Túy ngồi xuống gốc cây:

– Bác nói thế nghĩa là bác kêu khổ? Cháu thấy nhiều người thèm được như bác đó. Này nhé, bác có nhà ở ngay tại đây, lương bổng tháng không kém gì ai, con cái khôn lớn, cô gì đó cũng váy ngắn, cũng hip-pi, có thua gì con gái ông lớn nào đâu? Ngày ngày bác tà tà ngồi đây, ngồi đây thì cũng như ngồi trong kia vậy, ở nhà mình mà lãnh lương như người khác là nhất bác rồi còn gì.

Ông già cười khẩy:

– Nói như mày thì ngon lắm, nhưng có ai biết đâu là đêm đêm tao phải đi tới đi lui coi sóc cái buyn đinh này. Quét dọn sân trước, sân sau. Sáng muốn ngủ thêm như mày đâu có được.

Rồi quay sang nhìn Túy, ông ta cười hề hề.

– Vả lại còn nhỏ tuổi như mày nó mới sướng, già như tao rồi hết ham cái gì nữa. Nói ví dụ chứ sáng chủ nhật tao có muốn ngủ trễ cũng không ngủ được.

Không có việc gì tao cũng phải mò dậy từ sáng sớm chỉ đi tới đi lui ngó quanh ngó quất. Thành ra tao cho là tụi nhóc chúng mày sướng nhất đó.

Túy lại cười:

– Cháu thì lại chỉ ao ước được như con bác. Bố cháu chết mới phải đi kiếm tiền thế này. Nhà cửa trống hốc, ăn bữa có bữa không, mấy anh em chúng cháu nheo nhóc quần áo không có mà mặc.

– Phải chi cháu được đi chơi như… cô gì con gái bác đó.

Ông già gác dan nhìn Túy mỉm cười:

–Tao thấy mày nhắc tới con gái tao hoài bộ mày mê nó rồi sao?

Túy bẽn lẽn:

– Dạ… đâu có. Cháu đâu dám!

Ông già vất mẩu thuốc ra đường:

– Tao nhìn mày tao thấy. Này nhé mày mong cho nó hư xe để mày sửa giùm. Mày nhắc đến nó hoài trong câu chuyện hằng ngày. Mày nhìn lén nó mỗi khi nó đi đâu về. Tao hỏi thật mày có mê nó không tao cho mày đó.

Túy chối đây đẩy. Ông già than:

– Nó mới nhóc con như vậy mà đã bắt chước tụi cao bồi, tao ngán quá. Tao vẫn bảo nó là nếu không vâng lời tao sẽ gả cho mày đó.

Túy đã bối rối càng bối rối thêm. Nó cúi đầu không dám nhìn ông già. Ông già vẫn cười tỉnh nói tiếp:

– Tụi mày bây giờ ghê gớm thật. Tao ngày xưa bằng tuổi mày tao ngu như bò. Có biết gì đâu. Phải mày mê nó thật không nói tao nghe?

Túy chối lia lịa. Ông già gác dan vẫn chỉ cười. Vừa lúc đó có tiếng người gọi ông già vào ông giám đốc sai. Ông ta lật đật vào trong sở.

Túy ngồi một mình bó gối nhìn ra đường. Những người ra vào cái đài phát thanh kia rất quen mặt đối với Túy. Túy thường thấy họ ra vô, Túy thường nghe những người trong khu này nói chuyện về họ.

Ông kia là nhạc sĩ. Cô kia là ca sĩ. Cô ca sĩ thường có một cậu đưa đến rồi cậu ta ngồi ngoài xe chờ cô ấy hát xong trở ra đưa đi. Túy còn biết rõ cậu ta là lính vì thỉnh thoảng cậu ta có mặc đồ trận. Túy có nghe mấy người nhân viên trong đài có lần bàn tán nhau về cái sự nhàn rỗi của cậu lính đó.

Có một lần ông cảnh sát gác ở khu này đã hỏi giấy tờ nhưng cậu ta có đủ cả. Mặt còn kênh lên nữa. Những khuôn mặt đó, những cái cảnh đi ra đi vô đó Túy đã quen mắt cả.

Phía bên công sở này cũng có một chuyện lạ. Có một

cô thư ký ngày nào cũng có một ông mang xe hơi đến đưa đi ăn sáng.

Có nhiều lần cô đi ăn sáng với ông này từ chín giờ đến đến trưa luôn. Hôm nào về trưa cô ấy vội vàng chạy như ma đuổi. Mười hai giờ chồng cô ấy sẽ đến đón bằng xe gắn máy. Ý chừng ông chồng cũng đi làm ở đâu đó. Sáng đưa cô ta tới trưa đón về. Cô này thường đứng chờ chồng ở chỗ Túy sửa xe.

Có lần cô vừa đi với ông xe hơi về tới nơi. Mới đứng chờ độ năm phút vì sở cũng đã hết giờ làm việc, người chồng chạy xe gắn máy tới. Ông ta lau mồ hôi trán nói với vợ:

– Đường kẹt xe quá, em chờ lâu không?

Cô ta nũng nịu với chồng

– Lâu chứ sao không; và nóng bức quá. Em mệt mệt là.

Ngồi lên phía sau chồng cô ta phàn nàn tiếp:

– Hôm nay trong sở nhiều việc quá, em phải làm từ sáng đến giờ đâu có được nghỉ tay lúc nào.

Trước khi cho xe chạy người chồng còn ngoái cổ lại nhìn vợ thương xót, ông ta cũng than:

– Anh cũng vậy. Vất vả quá. Anh cố chạy nhanh để kịp đón em kẻo em chờ tội nghiệp.

Túy nghe rõ cả. Túy còn nhìn theo họ và nhìn rõ cả cánh tay người vợ ôm cứng lấy bụng chồng. Chiếc xe chạy đi, vợ chồng họ xa dần.

Đang ngồi tư lự nghĩ ngợi như vậy, thì đứa con gái ông gác dan từ trong nhà bước ra. Nó đứng gần Túy nhìn hồi lâu.

Túy tự nhiên lính quýnh. Không hiểu cô ta nghĩ thế

nào về nó. Cô gái chống nạnh tay hỏi Túy:

– Mày có thấy ba tao đâu không?

Túy cau mặt trước câu hỏi xách mé của đứa con gái. Túy không nói mà chỉ tay về phía căn nhà lầu công sở. Cô gái đứng nhìn vào phía đó.

Ông già gác dan vừa lò mò ra, cô gái đã nhõng nhẽo chạy tới đánh đu lấy bố:

– Bố cho con tiền đi mua mấy bài nhạc, con xin mẹ mà mẹ không cho còn la rầy nữa đó bố.

Ông già suýt ngã vì đứa con đánh đu. Ông ta cười mắng:

– Mẹ mày không cho thì tao cũng đâu có tiền.

Cô gái thọc tay vào túi bố:

– Con biết bố có tiền mà.

Ông già đẩy con gái ra, ông mắng như nựng:

– Tao nói không có là không có. Mày vào xin mẹ mày ấy. Mày coi tao lãnh lương có bao giờ cầm được lâu đâu. Từ trên căn lầu kia, đi ba bước xuống tới nhà sau là mẹ mày đã đứng đón ở đó. Bà ấy lấy không còn một đồng bạc lại còn đếm đi đếm lại mấy lần xem có đủ không nữa. Tao làm gì có tiền.

Cô gái phụng phịu

– Vậy mà bố có tiền đó. Mẹ biết bố có tiền mà con cũng biết nữa.

Ông già đến ngồi lại trên chiếc ghế gỗ.

– Tiền ở đâu mà tao có.

Cô gái nhìn bố cười:

– Tiền ngoại tài mấy ông xếp trên ở sở cho bố chứ tiền gì nữa.

Ông già kêu lên:

– Bộ mẹ con mày là ma hay sao mà biết hết vậy. Mẹ con mày theo dõi kềm kẹp tao không sót một chuyện gì. Rồi bây giờ mẹ mày xúi mày ra móc túi tao cho hết đi đó phải không?

Cô gái reo khẽ:

– Nghĩa là đúng bố có tiền phải không. Vậy thì bố cho đi còn đợi gì nữa.

Người bố vẫn ngồi bó gối trên ghế. Ông ta lắc đầu:

– Tao không có.

Cô gái dựa vào cha:

– Trời! Lại còn chối. Bố vừa thú nhận là bố có tiền mấy ông xếp cho mà bây giờ bố lại chối. Bố không cho con móc túi bố cho coi.

Ông già ôm chặt túi trong lòng khăng khăng lắc đầu:

– Tao có mấy trăm mày cũng để cho tao xài chứ.

Cô gái dỗ dành:

– Bố đâu có phải xài gì. Mọi thứ mẹ đã sắm sửa cho bố đủ hết. Ăn sáng, cà phê, thuốc lá bố có phải mua đâu. À hay bố để dành… cho ai?

Người gác dan già quắc mắt:

– Cho ai? Mày đừng nói tầm bậy tao đập vỡ mặt bây giờ. Tuy mẹ mày mua sẵn các thứ cần thiết cho tao nhưng tao cũng phải có đồng tiền ra đồng tiền vào trong túi. Lỡ đi đụng phải hàng bánh tráng…

Cô gái vẫn ôm lấy vai bố:

– Bố có phải đi tới đâu mà đụng bánh tráng. Có bao giờ bố phải ra khỏi cổng này đâu. Thôi bố đưa con đi, con thương bố.

Ông già phát cáu:

– Mày lấy tiền làm gì. Mua nhạc làm cái gì. Phí đi.

Cô gái trề môi nhìn cha:

– Phí. Có gì mà phí. Con mua nhạc về tập hát, mua truyện về đọc và thỉnh thoảng đi ăn kem ở ngoài phố với tụi bạn. Chúng nó có nhiều tiền tiêu thích lắm. Con chẳng có gì cả. Mọi khi xin mẹ rã họng mẹ mới cho được một vài trăm. Hôm nay mẹ biết bố có tiền mẹ bảo con xin bố, mẹ nhất định không cho nữa. Ai bảo bố có tiền làm gì, ừ ai bảo bố có tiền để mẹ thấy mẹ không cho con.

Ông già gắt:

– Con nhỏ này lộn xộn quá. Vào trong nhà học hành bài vở đi. Suốt ngày lêu lổng ca hát. Mày coi chừng tao gả mày cho thằng này cho coi.

Túy từ nãy vẫn ngồi tựa gốc cây nghe cha con ông già nói chuyện, chợt nghe ông ta nói thế. Túy giật thót mình nhìn cô gái ngại ngùng. Cô gái bĩu môi nhìn Túy:

– Sức mấy. Nó bẩn như quỉ. Con đâu thèm. Con lấy thằng con trai bạn trong trường con chứ con lại thèm lấy thằng này.

Ông già cười hề hề bảo con gái:

– Mày ăn nói hỗn ít nữa nó cưới mày rồi nó đập cho nhừ đòn.

Cô gái sừng sộ:

– Bố có cho tiền không thì nói. Bố định mang tôi ra diễu đó phải không. Coi chừng tôi đuổi thằng này đi không cho nó ở đây nữa bây giờ.

Túy nóng mặt:

– Cô lấy quyền gì mà đuổi tôi.

Cô gái quắc mắt nhìn Túy:

– Tao không nói chuyện với mày.

Túy ức đến cổ, nó cố bình tĩnh:

– Không nói thì thôi chứ, tôi đâu có thích nói chuyện với cô. Nhưng tại sao cô lại hăm đuổi tôi.

Cô gái bĩu môi:

– Không thích nói chuyện với người ta. Bảnh dữ! Vậy mà cứ nhìn lén hoài.

Ông già gác dan cười ha hả:

– Thôi tụi mày đừng cãi nhau nữa. Tao tức cười quá.

Cô gái vẫn còn ấm ức, thò tay vào túi áo ông già lục lọi.

Ông già vẫn ngồi yên để cho cô con gái xục xạo.

– Sức mấy mà mày tìm thấy được.

Cô gái lục sang túi áo bên kia, ông già nhột trong người, làm mặt nghiêm:

– Mày muốn lục thì để yên tao cho lục lọi. Mày làm vừa chứ không rách hết áo tao mẹ mày lại than.

Cô gái phụng phịu:

– Thì bố cho con đi.

Ông già phàn nàn:

– Mày xin tiền tao mà mày làm như đi bắt nợ vậy à.

Cô gái ngồi xổm xuống bên ghế bố:

– Bố cho con hai trăm. Con đi phố bây giờ, tụi bạn con nó chờ ngoài đó. Bố không thấy con mặc đồ sẵn sàng rồi đây sao?

Ông già cúi xuống nhìn con gái. Ông già vuốt mái tóc xõa trên vai con:

– Thì mày từ từ rồi bố cho. Mà mày tiêu gì lấy những hai trăm lận.

Cô gái trề môi:

– Con xin có hai trăm mà bố cho là nhiều à. Bố tưởng hai trăm bạc của bố to lắm sao.

Hai trăm bây giờ con chỉ ăn bánh và uống nước ngọt. Buồn buồn cho ăn mày cũng xong. Con biết bố có hai trăm nên con mới chỉ xin hai trăm đó chứ.

Ông già lắc đầu. Ông ta móc từ túi sau ra một quyển sổ nhỏ. Ông lật lật những tờ giấy nhầu nát tìm được hai tờ giấy trăm. Ông ta nhấp nước bọt vào đầu ngón tay rồi lấy một tờ đưa cho đứa con gái. Cô gái vùng vằng:

– Con không thèm một trăm đâu. Bố kẹo thấy bà nội.

Ông già phàn nàn:

– Thì mày cũng phải để lại cho tao một trăm chứ. Mày tiêu một trăm thôi được không. Mày phải biết có hai trăm bạc mà tao để cả tháng nay có suy xuyển đi đồng bạc nào đâu.

Cô gái giật nốt lấy tờ giấy bạc trong tay bố dấu ra phía sau lưng:

– Bố không biết tiêu tiền thì để con tiêu hộ. Con sẽ mua cho bố quà mang về trưa nay.

Ông già định với tay lấy lại tờ giấy bạc nhưng con gái ông đã giữ chặt. Ông ta năn nỉ:

– Bố không cần quà gì cả, mày trả lại bố một tờ đi. Rồi mai mốt xin bố lại cho.

Cô gái cười còn lắc đầu:

– Con đâu có dại. Mai mốt xin bố lỡ bố không cho thì sao. Bây giờ con ăn chắc con không trả bố đâu. Nhưng con thích bố nói cho con cả hai trăm.

Ông già nhăn nhó:

– Mày xử ức quá con ạ. Mày giống in mẹ mày vậy.

Tao kể như mạt rệp luôn.

Cô gái nhảy chân sáo trước mặt bố:

– Con thương bố nhiều. Bố nói bằng lòng cho con đi.

Ông già thở dài:

– Mày có lấy thì mày nói là mày lấy đại còn lôi thôi gì nữa.

Cô gái dợm chân bỏ đi, nhưng còn nói thêm:

– Bố cười lên nào. Mặt bố bí xị vậy con tiêu tiền đâu có khoái.

Ông gia nhếch mép cười, ông ta quay sang đập đập vào tay Túy:

– Mày thấy con gái tao chưa. Mày có dám lãnh nó tao cho không luôn đó.

Cô gái nguýt dài lườm Túy. Cô ta vào sân trong lấy xe đi ra đường. Túy nhìn theo hồi lâu hỏi ông già:

– Sao bác nuông chiều cô ấy thế.

Ông già cười hì hì:

– Thì có mỗi mình nó, cũng phải cho nó ăn diện tiêu pha như chúng bạn chứ.

Túy nhìn theo cô gái phóng xe đi, ông già huých tay sang Túy hỏi:

– Mày nhìn nó hơi kỳ đấy nhé! Mày không sợ tao à:

Túy quay đi nơi khác hỏi lại ông già:

– Bác chiều con gái quá, để cô ấy tự do đi như vậy lỡ có thằng nào nó tán tỉnh, rồi cô ấy chửa hoang thì sao?

Ông già giựt mình quay sang Túy, ông ta nhìn chằm chằm vào thằng nhỏ rồi thình lình ông ta nghiến răng chửi:

– Mày đừng có ăn nói tầm bậy. Con gái tao đẹp như thế, lịch sự như thế mà mày dám trù ẻo nó như vậy sao.

Tao vả rụng răng mày bây giờ.

Túy nhích người ra một chút e ngại nhìn ông già.

Túy ngập ngừng:

– Cháu đâu có trù ẻo gì cháu chỉ lo xa cho bác vậy thôi. Ở xóm trên các cô cỡ lứa tuổi đó chửa hoang thiếu gì.

Ông già nhỏm người lên:

– Mày nói như… c. tao ấy. Tụi nó khác con tao chứ. Con tao đàng hoàng còn tụi nó đĩ thối.

Túy chân thật:

– Mấy cô trên xóm kia cháu thấy cũng đều là con nhà đàng hoàng cả. Cũng đi học. Cũng có cha, có mẹ cũng đẹp đẽ lịch sự, có cô nào đĩ thối đâu mà rồi cũng chửa hoang…

Ông già cáu kỉnh:

– Chửa hoang! Chửa hoang cái mả cha mầy ấy. Mày nói hoài nhắc hoài sốt cả ruột.

Mấy con nhỏ đằng ấy không đĩ thối sao chửa hoang. Phải đĩ thối mới chửa hoang được chứ. Đàng hoàng lịch sự như con tao làm sao bậy bạ như thế được.

Túy im bặt. Nó không dám cãi với ông già gác dan nữa. Còn ông già cũng tự dưng lo âu. Ông ta nhấp nhổm người trên chiếc ghế nhìn về phía đầu đường. Túy lẳng lặng ra chỗ để đồ nghề. Nó vơ vẩn nhìn khắp nơi tìm mồi. Chợt ông già gọi giật tên nó. Túy quay lại phía ông ta, ông vẫy tay kêu nó lại, Túy đến gần, ông già chợt hỏi:

– Lúc nãy mày nói sao? Mấy con nhỏ xóm trên kia cũng là con nhà đàng hoàng?

Túy gật đầu:

– Thật mà. Con nhà đàng hoàng có cha có mẹ, có dạy dỗ, có đạo đức. Đang đi học như mọi đứa rồi tự dưng bố mẹ thấy con mình xanh xao xẹp người lại, rồi lại cái bụng phồng lên…

Ông già thét lớn:

– Tiên sư mày. Cút đi.

Túy hoảng hồn lùi lại. Nó len lén trở về chỗ cũ. Ông già thật kỳ cục.

Buổi trưa nắng gắt, Túy ngồi lim dim ngủ. Nó chờ đợi mãi không được mối nào. Hôm nay thật ế. Không lẽ không có ai lủng bánh xe, không có ai hư máy trên quãng đường này.

Túy sờ trong túi nó, chưa có 1 đồng bạc nào, Túy thấy khát nước. Trời buổi sáng, thật lạnh mà ban trưa lại thật nóng nực. Túy đi vào dãy cư xá xin nước uống.

Nó chào một chị giữ em rồi chỉ vòi nước nơi bể. Túy cúi xuống ghé miệng vào vòi nước, vặn cho chảy ra miệng.

Nó uống một thôi lạnh và nặng cả bụng rồi vã nước lên mặt cho mát. Túy trở về. Chị giữ em cũng chẳng buồn nói gì với nó.

Chị ta cùng tư lự nghĩ về một chuyện gì đó của riêng mình. Túy nhớ tới mẹ giờ này chắc cũng đang coi con cho nhà người ta như thế.

Nó bắt thương hai đứa em nó ở nhà. Túy trở ra ngó trước sau từ phía xa chẳng có khách hàng, nó xếp đồ nghề đi gửi rồi về nhà ăn cơm.

Buổi trưa căn nhà nó thật hoang vắng, Túy bước vào nhà mà chẳng thấy ai. Nó đi từ ngoài vào trong không thấy con Thám mà cũng chẳng thấy hai đứa em nhỏ.

Nhìn đến bếp cũng chưa thấy có cơm nước gì. Túy cất tiếng gọi lớn. Không đứa nào trả lời, Túy đi vòng trở ra phía trước.

Ngó quanh quất đầu ngõ, cuối ngõ, nhìn vào mấy căn nhà hàng xóm cũng chẳng tìm được đứa nào. Túy hơi lo ngại và bực tức. Lo ngại cho hai đứa em nhỏ và bực tức con Thám, Túy đi sâu vào trong ngõ. Nó bắt gặp hai đứa em nó đang chơi ở bờ ruộng.

Đứa nhỏ bò trên đám cỏ. Đứa lớn đang đánh đu trên một cây trứng cá. Túy quát đứa trên cây và bồng đứa em nhỏ lên tay. Đứa con gái tụt vội xuống Túy mắng:

– Mày thả em như vậy, nó lọt xuống ruộng chết chìm thì sao?

Con nhỏ sợ hãi:

– Mà nó khóc quá, em dỗ hoài không nín, phải bế ra đây kiếm trứng cá cho nó ăn.

Túy hỏi:

– Con Thám đâu.

Đứa nhỏ trả lời:

– Chị ấy đi với anh từ sáng đã về đâu.

Túy dậm chân than trời rồi bế đứa em nhỏ về nhà. Túy thả em ngồi trên tấm vỏ thùng giấy rồi đi lấy gạo nấu cơm.

Chờ cơm chín. Túy xới ra chén cho em nhưng nhà chẳng có gì ăn. Túy cũng không có tiền. Nó lục tìm được chén nước mắm thừa bữa qua chan vào cơm xúc cho đứa em ăn.

Túy thấy ngẹn ngào trong lòng và không còn cảm thấy đói nữa. Túy dỗ dành em ăn cơm, tối mẹ về cho nhiều đồ ăn ngon. Túy nhớ tới mẹ, nhớ tới bố và nhớ tới Chín.

Gia đình nó sao chia ly và khốn khổ thế này. Nó mong chóng lớn để đi làm việc khác kiếm nhiều tiền về lo cho mẹ và các em nó. Nhưng bao giờ mới lớn.

Túy tự hỏi như vậy. Bao giờ nó mới lớn lên và sẽ làm gì để có nhiều tiền. Túy thấy thật là mơ hồ và dễ sợ. Nó rưng rưng muốn khóc.

Đứa em nó đã chán cơm chan mắm. Túy liệng chén vào chậu rửa.

Nhìn nồi cơm khô lổng chổng Túy phủi tay đứng dậy lấy nước cho em uống.

Con Thám vẫn chưa về. Túy lại bắt đầu lo. Hay con Thám gặp chuyện gì dọc đường. Bây giờ xe cộ thật nhiều!

Túy dỗ dành cho mấy đứa em nó ngủ, xong Túy rón rén ra khỏi nhà.

Nó tới chỗ sửa xe. Lòng buồn buồn.

Suốt buổi chiều hôm đó. Túy chỉ làm được hai miếng vá! Túy sắp dọn đồ nghề đi về thì con Thám lò dò tới. Thấy em Túy trợn mắt hỏi:

– Đi đâu từ sáng tới giờ mày?

Thám lẳng lặng không nói, nó ngồi xuống gần anh.

Túy cáu kỉnh:

– Mày có đi đâu thì buổi trưa cũng phải về lo cơm nước cho các em chứ.

Thám vẫn vẻ mặt bí xị. Túy chịu hết nổi:

– Mẹ cóc đi cho đã rồi bây giờ ngồi đây mặt xì xị ra một đống. Mày có biết buổi trưa nay nếu tao không về thì hai đứa nhỏ ở nhà không có cơm ăn không. Chúng đói gào khóc như chim vỡ tổ ở nhà ấy.

Con Thám vẫn cúi gằm mặt. Túy hậm hực tiếp:

– Rồi tao phải nấu cơm cho chúng nó ăn với nước mắm. Tiền mẹ đưa mày đi chợ đâu sao không mua gì cả. Mày lêu lổng vừa chứ không tao đập vỡ mặt.

Lúc đó con Thám mới ngẩng lên:

– Anh Chín đi rồi. Bây giờ đến phiên anh chỉ huy tụi em phải không. Anh cũng giống anh Chín đòi đánh vỡ mặt em nữa.

Túy nói như quát:

– Mày mà không đánh sao được. Mày biết không? Mày không về nhà các em nó không có cơm ăn đã đành mà tao cũng phải lo lắng cho mày không biết có chuyện gì xảy ra không. Mày đi cũng phải nhớ đường nhớ lối nhớ giờ giấc mà về chứ. Mày nói tao nghe mày đi đâu từ sáng đến giờ.

Thám sưng mặt không nói, Túy đứng chống nạnh tay ngang sườn:

– Mày đi đâu? Tiền mẹ đưa mày đi chợ đâu? Tiền ba trăm đóng học phí đâu? Đóng chưa? Đưa biên lai tao coi.

Con Thám lúc đó mới buông thỏng:

– Hết rồi.

Túy trợn mắt:

– Cái gì? Mày nói gì?

Thám nhắc lại:

– Tiền. Hết rồi. Tiền chợ hết mà tiền học phí cũng hết luôn.

Túy tức ứ đến cổ, nó muốn nói nhưng không nói được. Con Thám tiếp:

– Em ăn hàng. Chán đời đi ăn cho đã.

Túy nói như rên:

– Rồi tối nay mày nói sao với mẹ. Tiền chợ và tiền học. Rồi ngày mai làm sao mày đi học.

Thám quả quyết:

– Em đã nhất định không đi học là không đi. Mẹ có đánh thì đánh, anh… đánh cũng được. Thây kệ. Tôi sẽ đi làm. Đi làm rồi tôi trả lại món tiền đó. Sáng nay anh biết không. Tôi đi lang thang một hồi đói bụng chẳng muốn về nhà lại bị một chuyện lôi thôi, tôi đánh vỡ mấy cái ly của con mẹ bán hàng rong trên lề đường, nó bắt thường, tôi thường nó rồi thì thấy số tiền đã hao hụt, tôi tặc lưỡi cho nó đi luôn. Thế là tôi vào quán ăn, vào xem chiếu bóng, vào sở thú chụp hình. Hết sạch không còn đồng nào.

Con Thám kể xong dốc túi áo cho Túy xem để cam đoan rằng tiền đã hết sạch. Túy nghe em nói ngồi phịch xuống đất. Túy buông thõng:

– Mày quá lắm. Mày nói với mẹ sao cho ổn thì nói. Tao chắc cũng không về nhà tối nay đâu.

Thám nhìn anh:

– Vậy là anh cũng không có đánh em chứ. Chỉ còn mẹ. Có lẽ mẹ sẽ đánh chứ không tha đâu.

Túy ngao ngán ngó ra đường, con Thám thấp giọng:

– Hay anh có tiền cho em trả mẹ. Hôm nay chắc anh kiếm được khá?

Túy quắc mắt nhưng rồi thều thào:

– Khá gì đâu. Từ sáng đến giờ tao mới làm được tám chục.

Thám thất vọng:

– Nếu vậy tối nay em cũng không dám về nhà. Anh nói với me, em sợ mẹ đánh không về ngủ đâu.

Túy vùng đứng lên bỏ đi:

– Mặc xác mày. Mày làm mày chịu. Tao không nói. Mà nếu mày không về nhà mẹ còn đánh mày gấp đôi vì thêm một tội nữa.

Con Thám lẽo đẽo theo anh:

– Tội. Còn bé làm cái gì cũng là tội, sao em lắm tội thế.

Túy đứng lại ngó em:

– Chứ không à. Như mày còn không tội. Đến thế nào mới là có tội.

Con Thám lẳng lặng đứng lại. Túy bước đến chỗ ông già gác dan ngồi. Ông ta không còn ở đó. Túy quay lại bảo em:

– Mày ra coi chừng đồ nghề hộ tao. Tao vào đây một lát.

Thám trở lại chỗ anh nó làm việc. Túy vào trong nhà ông gác dan phía sau công sở. Ông ta đang ăn dưa hấu. Thấy Túy thập thò ngoài cửa ông già vẫy tay gọi Túy vào. Túy bước vào căn nhà nhỏ xíu đó.

Ông già đưa một miếng dưa hấu đỏ chói cho Túy nói:

– Ăn đi mày. Mát lắm. Ngon lắm. Mà sao hôm nay mặt mày bí xị vậy.

Túy một tay cầm miếng dưa, một tay gãi gáy:

– Hôm nay kẹt quá bác.

Ông già cười ha hả:

– Được nhiêu?

Túy nói:

– Trần xì có tám chục.

Ông già tặc lưỡi:

– Lâu lâu mày mới có một ngày như vậy, thôi ăn dưa đi.

Túy ngoạm miếng ruột dưa đỏ nhai ngấu nghiến. Miếng dưa đã được ướp lạnh thật mát. Túy nghe được làn nước ngọt đang ngấm trong cổ mình. Túy gật gù:

– Ngon.

Ông già lau tay đứng lên nói vọng vào trong nhà:

– Miếng dưa trên bàn này để phần con bé đấy nhá. Ai lấy cái lồng bàn đậy lại cho nó.

Ông già vỗ vai Túy kéo ra sân.

Túy mặc cho ông già bá vai dẫn đi. Nó bước dưới nách ông già và tiếp tục ăn. Trong một thoáng. Túy bắt gặp cái cảm giác được trìu mến chiều chuộng của người cha.

Ra đến cổng. Túy thấy Thám ngồi bó gối co ro gọi em lại. Túy đưa miếng dưa cho em. Ông già gác dan hỏi:

– Đứa nào đó, em mày đấy à?

Túy gật đầu nói sang chuyện khác:

– Bác sướng thấy mẹ. Tôi đã nói là không sai. Bác làm ở đây cũng như nghỉ ở nhà mình vậy. Buồn tình vào nhà lấy dưa hấu ăn chơi. A mà bác này. Bác có hay nựng bác gái không?

Ông già ngồi xuống chiếc ghế gỗ:

– Thằng này nhóc mà tò mò quá trời. Mày ưa hỏi tầm bậy lắm đấy nhé.

Túy đăm chiêu:

– Bác sướng. Bác gái sướng. Con gái bác cũng sướng. Bác chiều cô ấy dữ.

Ông già vỗ vai Túy:

– Ừ có lẽ tao sung sướng thật mày không nói tao đâu biết.

Túy quay sang ông già.

– Nghĩa là bác vẫn thỉnh thoảng tạt vào nhà nựng bác gái.

Ông già đang cười chợt ngừng lại:

– Thằng này nói tầm bậy hoài, tao có ý nói là làm ở đây luôn tiện lợi nước nôi. Ví dụ như chạy vào nhà ăn miếng dưa hấu cho mát rồi lại trở ra đây ngồi như thế này.

Túy cười hề hề, ông già quắc mắt:

– Cười gì mày?

Túy chối:

– Đâu có.

Ông già than:

– Mấy thằng nhóc bây giờ quỉ quái thật. Liệu hồn tao đánh… vỡ mặt.

Túy vẫn chúm chím. Ông già quay sang Túy:

– Sao mày chưa về đi.

Túy chợt xịu mặt:

– Cháu ngồi nán lại xem có mối nào thêm không chứ "yếu" quá.

Ông già gật gù. Túy nhìn vào công sở.

– Tan sở rồi sao bác không đi nghỉ.

Ông già gãi chân xồn xột:

– Vào trong nhà thì cũng như ngồi đây chứ khác gì. Tan sở rồi nhưng ông giám đốc còn trên văn phòng chưa về, ngồi đây lát nữa ổng ra thấy mình cũng có điểm hơn chứ.

Túy nhìn theo ông già lên căn lầu công sở:

– Ông giám đốc siêng năng quá hé bác.

Về sau nhân viên. Ông già nói nhỏ:

– Ổng mới đến lúc bốn giờ.

Túy lại buột miệng:

– Vậy thì sướng thiệt.

Ông già lẩm bẩm.

– Ai mày cũng than là họ sướng cả. Thế mày nhìn không thấy ai khổ hơn mày sao?

Túy lắc đầu:

– Cháu là khổ nhất rồi còn gì.

Một lát sau ông giám đốc đi ra, ông lên xe đi rồi nhưng người gác dan vẫn đứng đó sau khi vái chào ông ta. Túy lại hỏi:

– Ổng về rồi đó bác.

Ông già gật đầu:

– Thì kệ ổng. Tao chào ổng rồi còn gì. Bây giờ tao ngồi chờ con gái tao.

Túy buột miệng:

– Chắc cô ấy đi chơi với bồ cô ấy còn lâu mới về.

Ông già lại quắc mắt nhìn Túy, cu cậu hoảng hồn lỉnh ra xa. Trong lúc đó bà vợ ông gác dan ra kêu ông vào nhà.

Túy trở về chỗ làm bảo Thám:

– Chờ đến giờ này mà không có thêm mối nào. Làm sao tao có tiền bù cho mày được.

Con Thám lo ngại:

– Như vậy thì em đâu dám về nhà tối nay.

Túy gạt đi:

– Mày cứ về đi. Tao nói cho. Mẹ có hỏi tao nói đóng tiền học rồi, ngày mai mày bắt đầu đi học.

Thám vẫn lo ngại

– Nói dối hoài đâu có được.

Túy ân cần bảo em:

– Ngày mai nếu có mối tao sẽ để riêng ra cho mày số tiền đó. Nhưng tao sẽ đến đóng chứ không đưa mày nữa. Và mày phải đi học đàng hoàng.

Thám lắc đầu:

– Anh có kiếm được tiền cho em thì anh đưa trả mẹ.

Em nhất định không đi học rồi mà.

Túy bực bội:

– Rồi mày làm gì. Suốt ngày lang bang vậy sao?

Thám nói đại:

– Em sắp có việc làm rồi. Có người mướn em… xếp giấy in.

Thám nói như vậy vì nó vừa sực nhớ lại trong lúc thờ thẫn ngoài phố nó đã đứng lại cửa một nhà in xem người ta xếp giấy. Phần nhiều là đàn bà trẻ em. Thám đứng xem hồi lâu cũng thấy hay hay.

Trong lúc phải bịa ra một nghề, nó nhớ đến cái công việc đó và nói luôn. Thám cũng chưa xin làm và cũng không biết họ có mướn không nhưng nó cứ nói đại như vậy.

Thám vẫn hy vọng gặp lại con bạn để may ra có thể đi theo nó bán bar được.

Túy nghe em nói hỏi lại:

– Ở đâu?

Thám chỉ lên miệt cuối phố:

– Đằng kia. Nhà in người ta cần người xếp giấy.

Túy gật gù:

– Cũng được. Làm trong nhà cũng đỡ vất vả.

Thám khoe:

– Đằng nhà in người ta có nhiều sách báo lắm. Vừa xếp vừa xem thiếu gì chuyện. Rồi mỗi tối em sẽ mang những tờ in hỏng về cho anh đọc.

Hôm rồi em đứng xem thấy có cả những chuyện tình cảm hay lắm. Có cả hình vẽ nữa anh.

Túy đứng lên dọn đồ nghề bảo em:

– Mày khuân đỡ hộ tao mấy thứ này vào kia gửi. Vậy là nhất định không chịu đi học nữa?

Thám gật đầu. Hai anh em nó dọn đồ nghề vào nhà ông gác dan gửi.

Khi trở ra đến ngỏ. Túy bắt gặp đứa con gái ông gác dan chạy xe về tới.

Túy ngoái cổ nhìn cô gái, nó bị con ông gác dan nghênh trở lại, Túy cúi đầu đi luôn, con Thám thấy vậy hỏi anh:

– Bộ anh mê con nhỏ đó sao?

Túy bước vội:

– Tầm bậy.

Thám lại hỏi:

– Sao anh nhìn nó kỹ vậy?

Túy tặc lưỡi:

– Tại nó ăn mặc mất dạy.

Thám ngó anh:

– Nó mặc váy đẹp vậy sao anh nói nó mất dạy.

Túy bĩu môi:

– Đẹp. Đẹp gì mà mới nhóc con đã để đùi để háng ra, trên mặt lại mang cái kiếng đen tổ bố.

Thám ngoái cổ lại phía nhà ông gác dan:

– Đẹp chứ. Em ước sao được ăn diện như nó. Anh thấy nó đâu có đẹp gì hơn, cũng mặt ấy, mũi ấy tay chân ấy, vậy mà nó mặc váy, mang kiếng, cột tóc trông cũng ngon lắm. Phải chi nhà mình không nghèo!

Túy quay sang em:

– Nhà mình không nghèo thì mày làm gì?

Thám búng tay:

– Em sẽ ăn mặc như nó. Mà em mặc váy như nó em còn chì hơn nhiều.

Rồi vui miệng. Thám tiếp:

– Em kiếm ra tiền em chỉ để ăn diện.

Túy văng tục:

– Mẹ cóc, ăn mặc theo kiểu con nhỏ đó tao trông giống như khỉ cái.

Thám bĩu môi:

– Khỉ cái? Vậy mà anh ngắm khỉ cái không rời.

Túy bước nhanh, Thám chạy theo sau.

– Em nói thế có đúng không! Tại sao anh lại chạy. Em là chúa ghét những người giả dối. Muốn thì nói đại là muốn, thèm thì nói đại là thèm, anh còn chê bai mất công.

Túy không thèm nói thêm. Nó càng đi nhanh. Khi về gần tới nhà Thám cũng đuổi kịp anh:

– Thôi anh về nghe. Em đi lại con bạn ngủ nhờ.

Túy đứng lại chỉ tay vào mặt Thám:

– Tao biểu mày phải về nhà. Tao không cho mày đi đâu cả. Tao cũng sẽ nói dối hộ mày. Rồi mai tao kiếm tiền bù cho.

Thám đành lững thững theo anh về nhà. Nhưng về nhà một lát rồi Thám cũng bỏ đi tìm tới chỗ con bạn làm.

Thám thập thò ngoài cửa không dám vào mà cũng không dám gọi. Một người con gái mở cửa tiễn một người Mỹ ra ngoài, trước khi trở vào, người con gái tò mò nhìn Thám.

Thám ngập ngừng:

– Em kiếm bạn em, con Miện nó có trong ấy không chị?

Cô gái ngẫm nghĩ một lát mới nói:

– Phải cái chị mới đến làm đây không?

Thám gật đầu, cô gái vào trong nhà, lát sau Miện bước ra. Thám không nhận ra được con bạn vì nó ăn mặc hoàn toàn khác lạ. Đầu tóc quần áo thay đổi hết. Thám thấy bạn mình đẹp ra, thơm ra, lịch sự ra.

Con Miện thấy Thám, bước nhanh tới cầm tay bạn mừng rỡ.

Miện nói:

– Mày tới hồi nào vậy?

Thám cúi đầu:

– Mới à. Mày đẹp quá, sang quá. Mày sướng thật.

Miện kéo Thám đứng ra bên cạnh cửa:

– Mày có chuyện gì buồn phải không?

Thám gật đầu:

– Không có mày tao buồn quá. Mày bỏ tao mày đi. Tao tiêu hết tiền không dám ở nhà sợ mẹ tao đánh.

Miện ái ngại nhìn Thám chưa biết an ủi ra sao, Thám tiếp:

– Tối nay mày cho tao ngủ đây với mày được không?

Miện ngập ngừng. Thám thấy vậy nói dỗi:

– Chắc mày hết chơi với tao rồi phải không? Mày bây giờ đâu còn nghèo khổ xấu xí như tao.

Con Thám nói vậy và tự dưng nó nghẹn ngào, nước

mắt muốn trào ra. Thám ấm ức nơi cổ họng:

– Thôi tao về vậy. Tao ra bến xe ngủ.

Miện kéo tay Thám lại gần vỗ về:

– Tao đâu có bỏ mày. Mày đừng nghi xấu cho tao. Bây giờ tao mắc làm. Còn một lát nữa tao mới về được. Tao lấy chồng rồi. Bà chủ nhà đây gả chồng cho tao. Lát nữa tan sở tao về nhà với chồng tao. Giá mày lớn hơn chút nữa tao kiếm cho mày một thằng cho yên chuyện…

Thám đứng nhìn vu vơ ngoài đường, qua hàng lưới sắt ô vuông, Thám thấy xe cộ lãnh đạm trôi qua.

Con bạn tiếp:

– Mày chờ tao một lát ở ngoài này nghe. Mày qua cái quán cóc bên kia đường mà ngồi. Tiền đây, sang đó mày muốn ăn gì thì ăn.

Tao vào trong nhà tiếp khách một lát nữa rồi, tao ra đưa mày về ngủ với tao.

Thám cầm tiền con bạn dúi cho. Nó sang bên kia đường vào quán cóc ăn hàng và chờ đợi.

Một chập sau, Miện tất tả chạy ra. Hai đứa đi dọc theo lề đường. Rồi chúng quẹo vào một ngõ hẻm. Một quãng nữa tới một căn nhà có cầu thang phía ngoài lên lầu. Miện dắt Thám đi lên cầu thang đó.

Miện móc chìa khóa ra mở cửa. Nó bật đèn sáng. Căn gác có hai phòng, phòng ngoài kê bộ ghế bành, tủ lạnh, máy hát và các đồ lặt vặt khác. Miện dắt Thám đi vào phòng trong ngăn cách phòng ngoài bằng một bức tường cao hơn đầu người. Cửa thông qua có màn che sặc sỡ. Căn phòng trong kê một giường đệm. Xung quanh tường dán la liệt hình con gái khỏa thân cắt ở báo ngoại quốc.

Thám rón rén đi theo sau con bạn. Nó nhìn khắp gian phòng đẹp đẽ. Miện mở tủ lạnh lấy nước ngọt cho Thám uống, Miện nói:

– Nhà thằng Mỹ thiếu gì. Bà chủ bar gả tao cho nó từ mấy bữa nay. Tao đến đây ở với nó ăn uống thả cửa.

Thám ngập ngừng:

– Ông ấy đâu?

Miện dắt Thám vào phòng tắm phía sau:

– Ông nào.

Thám lại ngập ngừng:

– Ông Mỹ.

Miện cười phá lên:

– Ông ông cái chó gì. Nó đi làm ca đêm, đến mười một giờ nó mới về.

Miện coi đồng hồ tay:

– Cũng sắp về tới rồi.

Thám cầm lấy tay bạn xem chiếc đồng hồ nhỏ xíu xinh xắn.

Miện vặn vòi nước chảy tung tóe dưới nền gạch bông, nói:

– Mày thay quần áo tắm gội sạch sẽ đi. Để tao lấy quần áo của tao cho mày mặc. Lát nữa nó về tao còn giới thiệu chứ.

Thám vẫn đứng yên. Miện giục:

– Tắm đi, còn bộ quần áo này vứt vào thùng rác. Mày phải thơm tho ăn mặc cho lịch sự. Tao trông mày với mái tóc dài thế này mặc bộ quần áo đẹp đẽ có thể mày cũng lớn ra, đẹp ra.

Nói rồi con Miện giật phứt bung cúc áo Thám, Thám e

thẹn, con Miện mỉm cười bước ra khép cửa lại.

Thám ngó mình trong gương bỡ ngỡ. Nó lần lượt cởi quần áo, rụt rè bước vào dưới làn nước xối xả.

Cửa phòng tắm bật mở. Thám hoảng hồn co người lại. Con Miện toét miệng cười vắt một bộ quần áo nơi tường bồn tắm. Miện chỉ cục xà phòng nói với Thám:

– Xà phòng đó. Nước hoa đó, mày xài cho thơm người.

Rồi nhìn Thám co ro ngồi sụp dưới nền nhà Miện cười cự nự:

– Mày làm cái gì mà co ro dấu diếm như con tôm luộc vậy. Tao chứ có phải thằng Mỹ nào đâu mà sợ. Mà cũng có gì phải sợ. Ai không có. Mày giương ra với tao thì chết chóc hao mòn gì cơ chứ. Tắm đi.

Miện đóng cánh cửa lại. Thám đứng lên tiếp tục kỳ cọ.

Nó bước ra cầm cục xà bông đưa lên mũi ngửi. Mùi thơm êm ả xông lên. Thám chà khắp đầu tóc mặt mũi chân tay. Bọt xà bông bao trùm khắp mình nó. Thám liếc thấy mình trong tấm gương. Không phải mình. Cái gì đó? Một thân hình nào đã bao phủ bằng một thứ như bông gòn. Một người vừa chui từ trong đống bông gòn ra. Thám bật cười một mình. Nó vuốt hết bọt trên mặt. Khuôn mặt của nó đúng là khuôn mặt của nó.

Thám thấy mình cười trong gương. Cái cười thật tươi thật rạng rỡ. Một khuôn mặt thật tươi, thật người lớn, thật đẹp. Thám thích chí vùng vẫy nhào vào dưới làn nước. Bọt xà phòng trôi dần hết.

Lớp bông bao phủ tuột hết. Thám ngó mình trong gương. Lần này nó thấy rõ thân thể mình. Thám bẽn lẽn khi thấy toàn thể mình. Thám cũng thấy mình như đổi khác. Nhẹ nhàng hơn. Mềm mại hơn. Như vừa mới lột vỏ. Mái tóc đen xõa xuống mặt xuống vai bám chặt lấy da thịt. Thám vén tóc lên bước ra thật gần tấm gương. Mấy cại mụn phơi ra trên mặt.

Thám sờ sờ vuốt những cái mụn đó. Vết sẹo nơi đùi lại càng rõ ràng hơn nữa. Nó chạy dài ngang trên làn da. Thám nhớ đến lần ngã từ trên cây ổi xuống hàng rào năm ngoái. Thám tiếc rẻ vì có vết sẹo đó.

Với chiếc khăn lông trùm lên đầu lau lau tóc và lần lượt xuống bên dưới. Thám thỉnh thoảng lại ngưng tay nhìn lại mình trong tấm gương.

Cánh cửa phòng tắm lại mở toang. Một người đen thui cao lớn dềnh dàng sừng sững che kín khung cửa.

Hắn nhe răng trắng ởn cười với Thám, Thám hết hồn ôm chặt lấy chiếc khăn lông trước ngực. Thám lùi lại phía trong.

Con bạn ở ngoài chạy vào kéo người đen thui ra ngoài đóng cửa lại. Thám lo sợ đứng lặng hồi lâu.

Đứng chờ mãi Thám đánh bạo gọi:

– Mày mở cửa cho tao đi về.

Tiếng gắt của con bạn từ phía phòng ngoài:

– Bà nội ở nguyên trong đó đi. Mày làm tao hết hồn tưởng có chuyện gì chứ.

Lát sau con bạn nói tiếp:

– Đến giờ giới nghiêm rồi mà về cái gì.

Có tiếng nói gì đó của người da đen, rồi tiếng lịch kịch mở cửa. Con Miện quăng một chiếc khăn lông lớn vào phòng tắm, nó vừa thở vừa nói với Thám:

– Mày tắm xong rồi chứ? Bộ quần áo này mày mặc

vừa đấy. Đẹp phải biết. Như vậy mày cũng lớn rồi chứ không còn bé đâu.

Thám nhìn cái lối che đậy bằng khăn lông trên người của con bạn, con Miện kéo tay Thám kéo ra nói:

– Mày ra ngoài này với tao cho nó vào tắm.

Tiếng nước chảy tiếng hát nghêu ngao từ phòng tắm vang ra. Miện mở tủ lạnh lấy nước uống. Nó cầm một trái táo cắn ăn và lấy một trái khác, đưa cho Thám, Miện nói:

– Ăn đi mày. Ngon lắm. Nhiều lắm. Tao ăn thả cửa à.

Thám cầm trái táo ngần ngại chỉ vào buồng tắm.

Miện nhai rau ráu nói:

– Kệ cha nó. Mình cứ ăn đi. Nó mua về cho tao mà. Nó ít ăn những thứ này lắm. Có mình thèm thuồng chứ nó dửng dưng à. Nó chỉ uống bia thôi, mày coi. Tắm xong nó ra ngồi uống bia như uống nước lã.

Thám đưa trái táo lên miệng cắn. Mát và ngon lạ. Hai đứa ngồi ăn, thấy Thám chỉ ăn mà không nói gì, nét mặt có vẻ lo âu, Miện hỏi:

– Mày làm sao vậy?

Thám chậm chạp:

– Tao thấy kỳ quá.

Miện ngưng nhai:

– Cái gì kỳ?

Thám hất đầu ra phía phòng tắm:

– Ông ấy… Chồng mày ấy.

Miện lại hỏi:

– Mà kỳ cái gì?

Thám ngập ngừng:

– Mày lấy Mỹ đen à?

Miện cười dòn:

– Mỹ đen thì có sao. Lúc đầu tao thấy nó tao cũng sợ nhưng bà chủ và tụi bạn tao nói nó hiền khô à.

Nó cũng như Mỹ trắng cũng như người mình, cũng như mọi người vậy.

Tao đánh liều và thấy cũng chẳng có gì đáng sợ cả.

Thám giương mắt hỏi bạn:

– Mày cũng cho là không đáng sợ. Tao thấy nó đen quá. Trông nó làm sao ấy.

Miện bĩu môi:

– Cần mẹ gì. Miễn nó không dữ dằn như mình tưởng là được rồi chứ gì. Mình cần nó cho tiền mình đều đều.

Thám lại ngập ngừng:

– Nhưng nó cao quá. Cao gấp đôi mày mà mày không thấy kỳ sao?

Miện đập vai con Thám:

– Mày nói như c. tao ấy. Tụi con gái lấy Mỹ đen thiếu gì, có đứa nào chết chóc đâu.

Thám nhăn nhó:

– Chết thì không chết nhưng nó so le không xứng gì cả.

Con Miện trề môi:

– Mình có lấy đời ở kiếp gì đâu mà để ý đến chuyện đó.

Con Thám lắc đầu nhưng không nói gì nữa. Miện lấy thêm nước ngọt cho Thám uống.

(k.d.)

Thám lại im lặng. Người da đen mở cửa bước ra. Hắn vẫn quàng một chiếc khăn ngang người. Hắn ra chiếc ghế trước mặt Thám và Miên ngồi xuống. Hắn châm thuốc hút và ra dấu cho Miện lấy bia hộp cho hắn uống.

Thám ngồi như chết trân trên ghế. Người da đen nhìn Thám thật kỹ. Miện mang hộp bia lạnh đến bên hắn. Miện ngồi trên thành ghế nhưng hắn kéo Miện lọt thỏm xuống lòng. Tay cầm hộp bia uống, tay cầm điếu thuốc. Mắt vẫn nhìn Thám!

Miện thỉnh thoảng lại cười, Miện rúc vào hắn:

– Nó là bạn tao đó nghe.

Người da đen nói ào ào gì đó, rồi lại cười. Thám đánh bạo hỏi:

– Mày có hiểu nó nói gì không?

Miên lắc đầu:

– Nó nói gì mặc cha nó hiểu, tao đâu có biết mô tê gì đâu. Nếu mày chịu, tao bảo thằng đen này nó kêu bạn nó về đây ở với mày.

Thám rùng mình?

– Đen thì tao chịu.

Miên sốt sắng:

– Thì tao bảo nó kiếm thằng bạn trắng. Nó thiếu gì bạn. Đen trắng đủ cả.

Thám vẫn lắc đầu:

– Mẹ tao biết mẹ tao đánh.

Miện nói ngay:

– Đã đi lấy Mỹ thì về nhà làm chó gì nữa mà sợ. Bao giờ mình có nhiều tiền mang về cho cả nhà là vui vẻ cả. Tao chỉ ngại mày không thích hay còn sợ sệt gì đó. Nhưng mày thấy tao có gì chết chóc đâu.

Thám mạnh dạn:

– Mỗi tháng nó cho mày bao nhiêu?

Miện giơ ba ngón tay:

– Ba chục. Chưa kể quà bánh đồ đạc mua ở trong chợ Mỹ.

Thám suýt xoa:

– Nhiều nhỉ. Tao mà có được nhiều tiền thế tao thích lắm.

(k.d.)

Thám ngồi thừ người suy nghĩ. Miện bảo bạn:

– Để tao bảo chồng tao nó xem trong trại nó có thằng bạn nào nhỏ con, nó mang ra đây giới thiệu cho mày nghe.

Mày cứ ừ đại đi để có tiền mang về cho mẹ mày, cho các em mày. Và mày cũng được sung sướng.

Thám vẫn ngại ngùng:

– Mày không biết tiếng nó làm sao mày nói cho nó hiểu. Lỡ nó dẫn xác một thằng Mỹ đen thui to tướng như nó ra đây rồi ăn nói làm sao. Tao không chịu đâu.

Miện hăng hái:

– Tao không biết tiếng nhưng tao ra dấu tài lắm. Tao ra dấu cái gì nó hiểu cái đó.

Nếu không làm sao tao sống chung với nó bấy lâu nay được. Mày không thấy sao, tao chỉ ra dấu không thôi mà nó cũng hiểu và mua cho tao những thứ tao muốn. Đủ cả. Mỹ nó thông minh lắm chứ không tối dạ như người mình đâu!

Thám hỏi lại:

– Mày chắc chứ. Chắc là ra dấu được cho nó mang một thằng trắng và nhỏ con ra đây chứ.

Miện quả quyết:

– Cái đó dễ ợt à. Tao bảo đảm với mày. Nếu mày

không ưng ý tao đuổi nó ra ngay.

Thám nhìn Miện:

– Mày mà dám đuổi Mỹ. Mày không sợ nó tát cho một cái chết à. Tao bị tụi nó đánh một lần rồi. Đau lắm. Hãy còn sợ.

Miện cười sặc sụa:

– Khi mày đi ăn cắp của nó mày mới sợ nó chứ đằng nầy mình là vợ nó, nó cầu cạnh mình, nó phải chiều chuộng mình hơn chiều bố mẹ đẻ ra nó ấy chứ. Sức mấy mà nó dám đánh tao.

Thám lại lặng thinh thán phục. Miện tiếp:

– Mày không biết chứ, tụi bạn chồng tao mỗi lần chúng tới đây có thằng đã trịnh trọng cúi đầu chào tao, nâng niu bàn tay tao đưa lên miệng nó hôn, cứ như ở trong phim chiếu bóng tụi mình vẫn xem ấy.

Thám hỏi lại:

– Tụi nó hôn tay mầy nữa?

Miên vênh váo:

– Chứ sao? Những khi đi ăn tiệm, nó còn phải kéo ghế mời tao ngồi trước xong đâu đấy rồi nó mới trở qua phía trước mặt mình ngồi sau. Mày đừng sợ gì tụi nó. Trái lại mình có thể bắt nạt tụi nó, hành tụi nó được nữa là khác.

Thám vẫn còn bỡ ngỡ:

– Lạ nhỉ? Nó có nhiều tiền, to lớn gấp mấy vậy mà nó không bắt nạt mình, ngược lại nó còn phải chiều chuộng mình.

(k.d.)

Khi đã theo là theo hẳn, đừng sợ hãi, tiếc rẻ gì nữa.

Thám lại hỏi:

– Mà mày có bằng lòng cho tao ở chung với tụi mày tại đây không?

Miến chỉ người da đen:

– Cái đó tao phải hỏi thằng kia. Nhà của nó mướn chứ có phải của tao đâu.

Thám huých bạn:

– Vậy mày thử hỏi nó xem sao?

Miện gật đầu rồi cười lẩm bẩm:

– Để yên tao tính cách ra dấu sao cho nó hiểu đã. Chà vụ này khó quá. Mẹ cóc! Mày toàn bày đặt chuyện khó không à. Câu chuyện lòng thòng như vậy làm sao ra dấu được.

Thám lo lắng. Nó nghĩ tới cái ý định đi học tiếng Mỹ nó hỏi con Miện:

– Sao mày không đi học tiếng Mỹ?

Miện tặc lưỡi:

– Học mẹ gì được. Vào trong lớp ngồi cả giờ làm sao tao chịu nổi. Tụi bạn tao nó nói học tiếng Mỹ đâu có khó. Cứ lấy nó một thời gian là tự nhiên nói giỏi.

Thám nhăn nhó.

– Không biết về sau này mày thế nào chứ cứ như bây giờ, mày với ông đen kia ở chung với nhau mà như là hai người lạ mặt. Mày với nó cứ múa tay để nói với nhau, tao thấy nó xa thế nào ấy.

Rồi có những lúc mày chửi cha đào ông chồng mày lên mà nó cũng chẳng hiểu gì chỉ cười hề hề hoặc là thí dụ nó có bảo mày ăn nọ ăn kia của nó mày cũng dám tưởng là nó khen mày đẹp. Sống với nhau như thế tao nghĩ là vợ chồng chúng mày chỉ là một thứ vợ chồng câm điếc với nhau.

Miện gật gù:

– Tao nghĩ cứ câm điếc với nhau như vậy mà lại yêu. Tụi tao chỉ cần nói với nhau bằng xúc giác. Đỡ mất công cãi nhau chửi nhau bằng như vợ chồng người mình.

Thám ngẩn ngơ:

– Nhưng mà nếu cứ như vậy sẽ có lúc nào đó mày sẽ cảm thấy buồn một mình mặc dầu có chồng mày bên cạnh.

Miên xí một cái:

– Buồn khỉ gì. Những lúc nó đi làm tao cũng bỏ đi bán bar. Hơi sức đâu mà tao buồn.

Thám bật cười trước cái lý sự của bạn, Thám đẩy Miện ra:

– Vậy mày thử múa tao coi.

Miện đứng lên:

– Mày muốn tao múa với nó về cái vụ tìm chồng cho mày và điều đình cho mày ở đây luôn phải không?

Thám ngập ngừng:

– Thôi mày cứ ra hiệu sao cho nó bằng lòng tao ở đây với mày ít bữa còn cái vụ tìm kia hãy để thong thả. Tao vẫn còn ớn lắm.

Miện gật đầu:

– Cũng được. Việc mày ở đây thì dễ. Tao sẽ nói để mày ở đây với tao. Rồi mày để ý xem xét đời sống của tao với nó, mày sẽ thấy là khỏe ru à. Mày nên để ý mà rút kinh nghiệm.

Thám chợt cười khẽ:

– Mày nói đi.

Miện cự nự bạn:

– Nói có nghĩa là ra hiệu chứ bộ tao nói nói là nói sao mà mày ngạo.

Thám giục:

– Ừ thì ra hiệu. Mẹ cóc nhìn vợ chồng chúng mày tao tức cười quá. Y như những thằng ngốc con nghếch gây sự với nhau.

Miện chỉ vào mặt Thám.

– Ê, bạn đừng có ngạo tôi nghe.

– (k.d.)

Thám đứng xớ rớ một mình ở phòng ngoài nó đi tới đi lui chán rồi tặc lưỡi bước vào buồng trong. Thám nhìn nhanh lên giường rồi bước lẹ vào buồng tắm. Thám mở nước vả lên mặt rửa. Nước lạnh làm Thám tỉnh táo. Con Miện thấy nước chảy cũng thức dậy. Nó vào buồng tắm.

Người da đen vẫn còn ngủ, Miện hỏi:

– Thức làm gì sớm vậy mày?

Thám chỉ ra ngoài cửa:

– Sáng rồi mà.

Miên ngáp dài:

– Sáng kệ sáng chứ. Ngủ cho khỏe, thức làm gì cho mệt.

Thám chỉ ra phía ngoài:

– Thức chưa?

Miên lắc đầu:

– Còn lâu. Nó còn ngủ đến trưa.

Thám nhăn mặt:

– Mày lấy cái chăn đắp cho nó một tí. Tao trông thấy gớm quá.

Miện chặc lưỡi:

– Kệ mẹ nó, ai bảo mày nhìn làm chi.

Thám hứ rồi lườm bạn. Hai đứa rửa mặt xong ra buồng khách lục đồ ăn. Miện rủ:

– Tao với mày ra đầu ngõ ăn phở đi. Nhai mấy cái thứ bánh của tụi Mỹ chán thấy mẹ. Bã mồm ra. Của tụi nó chỉ có trái cây và nước ngọt là ngon. Bánh ăn như ăn củi.

Thám đi theo Miên ra cửa:

– Và tiền của nó tốt nhất.

Hai đứa vào một tiệm ăn đầu ngõ. Thám ăn thật no. Khi trở về nhà người da đen vẫn còn ngủ. Thám trở vào phòng tắm tìm lại bộ quần áo cũ bỏ ra tối qua. Thám thay đồ mặc lại ra ngoài ngó Miện:

– Tao về nhà xem sao nghe mày.

Miện nhìn bạn trong bộ đồ cũ kỹ:

– Mày không dám mặc áo của tao về nhà à?

Thám lắc đầu:

– Đâu được. Mặc bộ đồ của mày về nhà mẹ tao sẽ hỏi của ai, tao biết nói làm sao. Với lại bộ đồ của mày mặc về nhà tao không được.

Miện hỏi:

– Sao mà không được? Bộ quần áo tao có vi trùng gì chắc.

Thám nhăn nhó giải thích:

– Không phải thế, ý tao muốn nói là quần áo của mày đẹp quá, mặc vào người tao không được mà mang về nhà tao cũng không được. Quần áo đó chỉ mặc ở đây với mày với Mỹ thôi.

Mày cho tao, tao thích lắm, nhưng tao gởi lại đây lúc nào tới tao mặc. Bây giờ tao thử về nhà xem sao đã. Tối qua tao bỏ nhà ra đi mà.

– Rồi bao giờ mày trở lại đây với tao?

Thám nói ngay:

– Tối nay.

Thám chợt kéo Miện ra cửa nói nhỏ:

– Khi nào chồng mày nó thức dậy, mày "ra dấu" cho nó kiếm hộ tao một thằng bạn như nó vậy. Tao cũng đành theo mày cho rồi. Tao có linh tính về nhà sẽ không yên với mẹ tao.

Miện cấu con Thám một cái, cười lớn:

– Có vậy mà mày phải nói nhỏ, dấu diếm. Ở đây có chó ai đâu mà sợ.

Miện nháy mắt với bạn:

– Và tôi sẽ ra dấu để nó kiếm cho bà một thằng không đen và nhỏ con.

Thám gật đầu dặn dò:

– Mày phải cẩn thận, ra dấu cho rõ vào kẻo lỡ mà nó không hiểu ý mày, nó lại mang một thằng to lớn như nó, đen thui như nó thì chết tao.

Miện bĩu môi:

– Tao ra dấu tài lắm mà. Nhưng mày làm gì chê bai chồng tao quá vậy. Bộ mày coi tao là cái giống gì mà lấy nó được.

Thám lại phải phân bua:

– Tao đâu có ý nói thế. Tao sợ nó là vì tao còn nhỏ và chưa rành rẽ mấy cái vụ này. Mày sao không thông cảm cho tao mà cự nự tao hoài vậy. Tao nhờ vả mày mà.

Miện cười xòa:

– Thôi được. Trưa nay nó đi làm tao sẽ bảo nó kiếm cho mày. Vậy tối nay mày về đây nhé, mày mà bỏ không tới, tao sẽ phải nói làm sao với nó. Không lẽ mày bắt tao lấy cả hai thằng.

Thám quả quyết:

– Tao tới mà. Không đến với mày tao còn biết đi đâu, ngủ đâu.

Miện gật đầu, Thám bước ra cửa xuống thang, chợt Thám dừng lại hít hà cái mũi. Thám hỉn hỉn ngửi trong không khí. Thám kêu khẽ:

– Chết thật! Tóc tao toàn mùi nước hoa của mày. Về nhà mà anh tao ngửi thấy nghi tao thì chết.

Họ sẽ hỏi nước hoa của ai, tối qua ngủ đâu? Nguy hiểm lắm.

Miện ái ngại nhìn bạn, con Thám đưa hai tay lên phủi phủi mái tóc của nó. Không yên tâm. Thám bước trở lại căn phòng.

– Tao phải gội đầu mới được.

Miện bực bội:

– Sợ. Cái gì cũng sợ hết. Như vậy đừng xài nữa có hơn không. Nước hoa đắt tiền của người ta mà mày làm như đồ hôi, thối không bằng, mày phải gội đi, phủi đi kẻo sợ người ta ngửi thấy. Tao hỏi chứ mày sợ má mày đánh nhưng má mày liệu có mua nổi những thứ đó xài không.

Thám quắc mắt nhìn con bạn:

– Mày không được nói động đến mẹ tao. Mẹ tao ghét những thứ này nên tao dù có thích cũng phải dấu bà ấy chứ. Nhưng tao thương bà ấy. Tao muốn tao có nhiều tiền để có thể cho bà ấy.

Miện buông thõng:

– Thôi mày về đi. Tối mày nhớ lại đây đấy nhé.

Thám gật đầu bước xuống thang.

Thám không về nhà mà đến chỗ Túy sửa xe. Vừa thấy thám Túy chỉ mặt em la lối:

– Tối qua mày đi đâu? Mày không nghe lời tao gì hết. Tối nay mày liệu mà về nghe mẹ rầy.

Thám kéo chiếc thùng sắt ngồi xuống cạnh anh nó. Thám nói nhỏ:

– Tối qua em đi rồi mẹ có nói gì em không?

Túy bực tức:

– Mẹ hỏi tao phải nói láo có lẽ mày đi coi truyền hình ở nhà hàng xóm. Rồi mẹ cũng chẳng nói gì thêm. Sáng nay mẹ thức sớm đi làm nên cũng chẳng để ý đến mày.

Thám mừng rỡ:

– May quá. Vậy anh cũng đừng nói nghe. Mẹ có hỏi anh nói láo cho em luôn.

Túy tiếp tục công việc:

– Nhưng mày phải nói tao nghe mày đi đâu đêm qua.

Thám tỉnh bơ:

– Em sợ anh nói cái chuyện em tiêu hết tiền học phí mẹ rầy em lại nhà con bạn ngủ.

Túy chợt ngừng tay hỉn hỉn cái mũi:

– Chà! Có mùi dầu thơm nữa chứ! Làm sao mày có thứ đó.

Thám lại tỉnh bơ:

– Nhà con bạn em có. Em xin nó một tí xài thử.

Túy hỏi hỏi:

– Nhà nó ở đâu.

Thám thản nhiên.

– Gần đây này. Anh không tin em đưa anh lại đó.

Túy lặng thinh. Thám tiếp:

– Anh Túy ạ! Có một gia đình người ta muốn xin em làm con nuôi. Nhà người ta không có con.

Họ giầu lắm. Hay em lại đằng đó làm con nuôi họ nghe.

Túy nhíu mày:

– Làm con nuôi người ta? Bộ mày thích là con kẻ khác lắm sao? Bộ mày chán nhà mình lắm sao?

Thám phân trần:

– Đâu phải thế. Nhà mình nghèo. Có em ở nhà càng tốn cơm tốn gạo. Em đi làm con nuôi người ta cũng đỡ được một miệng ăn, anh bớt vất vả.

Túy nghiến răng:

– Tao không vất vả bao giờ. Mày cứ ở nhà, khỏi đi làm con đứa nào hết. Mày cứ làm con mẹ được rồi.

Thám thêm:

– Họ nuôi em, may mặc cho em, em còn được đi học nữa và họ còn cho tiền nhà mình nữa.

Túy bĩu môi:

– Mẹ cóc ai mà tốt quá vậy?

Thám vun vào:

– Thì họ tốt mà. Họ không có con nên mới quí mình chứ.

Túy tặc lưỡi:

– Mày về nói với mẹ, dẫn mẹ tới xem nhà cửa họ ra sao rồi mẹ quyết định, nếu mày thích đi làm con người khác. Tao không biết vụ này.

Túy lắp xong cái vỏ xe, nó đứng dậy bắt đầu bơm.

Đứa con gái ông già gác gan trong nhà đi ra hỏi:

– Xong chưa?

Túy gật đầu:

– Xong rồi. Để tôi bơm đã.

Thám nhìn cô con gái từ đầu đến chân. Thám đang tính thử xem nếu mình mặc bộ đồ đầm này liệu có vừa không và sẽ như thế nào. Chắc là sẽ đẹp lắm. Thám dự định khi có tiền sẽ may những loại đó để mặc.

Những món đồ trang sức trên người cô gái đó nữa. Thám sẽ mua đủ như thế.

Túy ngưng bơm, tháo ống cao su ra rồi lắp nắp van vào. Túy đập đập mấy cái vào bánh xe như nói xong rồi.

Cô gái dắt xe ra đường trèo lên cho nổ máy chạy đi. Túy nhìn theo lâu lắm. Thám hỏi:

– Nó không trả tiền à?

Túy bối rối:

– Chỗ quen biết mà mày.

Thám chăm chú nhìn anh:

– Nghĩa là anh cũng định sửa không công cho nó. Anh cũng định không lấy tiền.

Túy vẫn nhăn nhó:

– Tao đã nói chỗ quen biết mà mày. Mình gủi đồ ở nhà nó. Mình nhờ vỉa hè trước nhà nó. Mình quen với ông già nó.

Thám nổi sùng:

– Quen cái mốc anh ấy. Vỉa hè này là vỉa hè của Chính phủ. Nhà này cũng là của Chính phủ. Có phải anh mê nó nên anh làm mọi cho nó không?

Túy cũng cáu kỉnh lại:

– Tao mê nó hồi nào đâu?

Thám cãi:

– Anh không mê con nhỏ đó sao anh không đòi tiền

nó. Tôi đang cần tiền trả tiền học mà.

Túy buông thõng:

– Tao đã nói là chỗ quen biết mày không nghe sao?

Thám giơ tay lên trời phân bua:

– Tôi biết mà. Tôi biết anh mê con nhỏ đó mà. Anh mê nó nên anh thích được hầu hạ nó. Tôi nhìn mắt anh ngó nó tôi biết là anh đã mê nó. Con nhỏ mất dạy thiệt, nó mặc váy để đùi ra như vậy làm sao anh không mê. Như thế là anh định không cho tôi tiền để bù vào tiền học sao?

Túy nhìn đi nơi khác:

– Sao mày nói mày nhất định không chịu đi học. Mày muốn đi làm con nuôi người ta.

Thám lại cáu:

– Anh quá lắm rồi đó nghe. Anh bỏ bê em anh. Anh đi sửa cho gái không lấy tiền. Anh chỉ nói vòng vo. Bây giờ anh lại không muốn cho tôi đi học. Đã vậy tôi đi làm con nuôi người ta cho anh coi.

Túy dỗ dành:

– Thôi mà mày. Tao sẽ kiếm tiền cho mày bù vào chỗ thiếu đó. Mày yên tâm.

Thám chưa chịu:

– Nhưng tôi muốn anh phải lấy tiền sửa xe của con nhỏ đó. Anh phải tính thật đắt với nó nữa. Tôi sẽ ngồi đây đợi nó về xem anh đòi nó.

Túy nói như than:

– Con này ngu lắm. Mày không để cho tao xã giao với ông già nó sao?

– Xã giao? Anh việc gì phải xã giao với ông già nó. Mà ví dụ anh có muốn xã giao với ông ta thì anh đợi ông ta hư xe anh hãy sửa không lấy tiền. Còn con nhỏ đó nếu anh không dám đòi tiền của nó đúng là anh mê nó rồi.

Túy nghiêm giọng:

– Ông già đâu có xe mà hỏng. Mày nói ngu bỏ mẹ.

Thám vùng vằng:

– Không biết. Tôi không biết đâu. Anh phải đòi nó.

Túy phân bua:

– Mày tính nó đẹp như thế, ăn mặc lịch sự như thế mà tao thì xấu xí bẩn thỉu như thế này, làm sao tao mê nó được.

Thám "xí" một tiếng rồi nói:

– Đẹp! Con nhỏ đó mà đẹp cái nỗi gì. Anh cù lần nên anh mới thấy nó đẹp. Nó là con nhà loong toong, nó là đồ đĩ thối, quí báu gì. Anh không nghe tôi, tôi về mách mẹ cho anh.

Túy chộp lấy vai Thám giữ lại:

– Mày đừng nói với mẹ chuyện này. Lỡ mẹ tưởng thật bà ấy lại buồn.

Thám bĩu môi:

– Còn tưởng gì nữa. Đúng là như vậy rồi. Bây giờ anh nhận anh mê nó đi thì tôi bằng lòng bỏ qua vụ này.

Túy lại nhăn nhó:

– Tao đâu có mê nó bao giờ.

Thám buông thõng tay:

– Anh cãi hoài à. Em mà anh còn giấu diếm làm gì. Anh nói thật đi

Túy lắc đầu:

– Anh nói thực đó. Anh không mê nó đâu. Nó thiếu gì bồ.

Thám giảng giải:

– Đúng, nó thiếu gì bồ. Bởi vậy tôi mới không muốn anh mê nó. Anh nghe chưa.

Túy quả quyết:

– Tao không mê là không mê, mày lôi thôi lắm.

Thám dỗi:

– Nhà chỉ có mình anh là ra tiền vậy mà anh còn mê gái. Làm sao tôi ở nhà được. Tôi nói thật cho anh nghe, không phải tôi đi làm con nuôi cho ai đâu. Tôi đi bán bar đấy. Tôi sắp đi bán bar cho anh coi.

Túy nói như quát:

– Mày câm miệng ngay. Ăn nói tầm bậy vừa vừa chứ.

Thám thấy Túy nổi giận thực sự, nó im lặng hồi lâu rồi mới kể:

– Không biết làm gì nhưng nhất định tôi không ở nhà nữa. Tôi đi như anh Chín bỏ đi vậy.

Túy chợt cảm thấy ngậm ngùi, nó nhìn đứa em gái mà lòng nghẹn ngào:

– Tao đòi chứ. Tao sẽ đòi tiền sửa xe con nhỏ đó thật đắt. Tao sẽ cho mày tiền đi ăn hàng nữa. Mày chịu không.

Thám cười thật tươi ngồi xích lại gần anh:

– Em chịu anh như thế đó. Con trai phải hách với mấy con hippi ấy. Quỵ lụy nó, nó sẽ khinh thường cho mà coi. Anh cho em tiền nghe?

Túy gật đầu lia lịa, nó móc túi lấy một trăm bạc đưa em:

– Cho mày đi ăn hàng. Mày muốn ăn gì thì ăn. Bây giờ có anh Chín ở đâu tao cũng sẽ bao anh ấy gói thuốc lá ngay. Mày có nhớ anh Chín không?

Thám cầm tiền bỏ vào túi lắc đầu:

– Nhớ khỉ gì? Ảnh lớn, ảnh muốn đi đâu thì đi chớ. Em cũng mong mình lớn hơn để đi như anh ấy.

Túy xịu mặt nghe em nói. Thám tiếp:

– Đi chán rồi lại về chứ gì.

Túy cúi đầu, nó nói với Thám giọng nhỏ đi:

– Thôi mày đi ăn phở đi. Ở đường một chiều phía bên kia tao nghe họ khen có hàng phở ngon lắm. Mày thử ăn xem sao.

Thám bĩu môi:

– Thiếu gì hàng phở ngon. Em cũng biết mà. Em đi ăn nghe anh.

Túy gật đầu. Thám đứng lên nhảy chân sáo. Túy chợt gọi em. Thám ngừng lại nhìn anh:

– Anh nói gì nữa? Hay anh định đòi tiền lại?

Túy nặng nề lắc đầu:

– Không. Tao cho mày rồi mà. Nhưng đi ăn xong mầy về nhà nghe. Về nhà coi tụi nhỏ hộ tao. Mày đừng nên đi đâu nữa.

Thám nheo mắt tinh nghịch nhìn anh:

– Đừng đi làm con người ta. Đừng đi bán bar cho Mỹ. Phải không anh?

Túy xua tay:

– Đi đi. Mày đi ăn đi.

Thám chợt thấy tội nghiệp sự cáu kỉnh của anh nó. Thám hỏi:

– Mà quên, hay là anh đi ăn phở với em luôn.

Túy chậm chạp:

– Tao ăn rồi. Tao ăn cơm ở nhà hồi sáng rồi.

Thám bỏ đi, nhưng được một quãng nó quay trở lại

dặn anh:

– Lát nữa con nhỏ về anh phải đòi tiền nó nghe. Anh nhớ điều đó ngay hôm nay đấy.

Túy mệt mỏi:

– Đòi! Tao nhất định đòi mà. Mày đi đi. Tao đòi nó không trả tao sẽ đòi ông già nó.

Thám nghe vậy mới đi hẳn. Còn một mình Túy ngồi ủ rủ nhìn xe cộ nườm nượp qua lại trên đường phố.

Buổi tối Thám trở lại quán con bạn làm. Thám dự định sẽ đi theo nó về nhà nếu người da đen tìm ra được cho nó một người bạn không đen, không to lớn, Thám sẽ nhận lời lấy đại làm chồng. Thám nghĩ nếu hắn vừa phải thì lấy đại cũng xong.

Sẽ giải quyết được nhiều thứ lắm.

Thám thập thò ngoài cửa bar. Con bạn nó thấy chạy ra đón hỏi:

– Sao mày đến sớm vậy?

Thám ngắm nghía con bạn:

– Tao không biết làm gì nên đến xem tụi bây bán hàng.

– Chứ không phải mày nôn nao muốn gặp chồng của mày sao?

Thám nguýt bạn:

– Mày nói tầm bậy hoài.

Con bạn thân mật cự nự:

– Tao nói gì mà mày bảo tầm bậy. Mày chẳng bằng lòng nhờ tao kiếm cho mày là gì.

Con bạn xem đồng hồ rồi nhìn Thám:

– Sao mày không thay quần áo đẹp đi. Bây giờ còn sớm, tao mắc bán hàng. Mày về nhà tao một mình trước.

Lát nữa tao về sau.

Con bạn móc túi lấy chìa khóa đưa Thám. Thám chậm chạp cầm lấy. Trước khi trở vào tiệm, con bạn còn dặn với:

– Thám, mày nhớ tắm rửa, quần áo của mày ở trong tủ ấy, mày xem bộ nào vừa ý cứ lấy mà mặc.

Thám lững thững bỏ đi, chùm chìa khóa leng keng trên tay. Thám ngó dớn dác sinh hoạt nhộn nhịp trên khu phố này.

Vài cô gái bán bar chạy từ nhà nọ sang nhà kia, mấy người Mỹ say rượu ôm nhau đi xiêu vẹo, miệng hát nghêu ngao. Thám ghé quán ăn hàng. Lúc nào Thám cũng cảm thấy thèm được ăn. Thám nghĩ đến khi có tiền sẽ ăn uống thả cửa.

Ngồi ăn hết món nọ đến món kia đã miệng. Thám đứng lên thấy bụng mình căng no. Nó hài lòng bước băng qua đường. Một tiếng thắng rít lên. Mọi người xúm lại.

Chiếc xe chở cây nằm chình ình giữa đường. Thám chỉ còn là một đống thịt nằm kẹt dưới gầm xe. Một vài người chen vào xem rồi vội vã chui ra khỏi đám đông lộn mửa. Mùi phân lẫn với mùi máu thật khó chịu.

Chiếc sọ của Thám bể ra nhiều mảnh, không còn một hình dáng nào riêng biệt của Thám.

Con bạn Thám nghe có tai nạn chết người nó cũng chạy ra xem.

Nhìn đống thịt bầy nhầy, nó đưa tay che mặt bỏ chạy. Nó không biết đó là Thám nhưng một lát sau chợt liên tưởng đến bạn, nó chạy trở lại chỗ xác chết.

Nhìn quần áo nhà quê trên thi thể nạn nhân có thể là

của Thám nhưng nó vẫn còn nghi ngờ, nó chạy về căn gác tìm Thám. Căn gác vẫn kín cửa. Con bạn lại chạy trở ra chỗ tai nạn. Cảnh sát đã tới lập biên bản. Đám đông được dẹp nới rộng ra. Con bạn lách vào phía trong, nó giương mắt thật lớn nhìn vào đống thịt. Có thể là con Thám lắm. Nó hỏi người cảnh sát đứng gần đó.

– Người chết tên là gì thầy?

Người cảnh sát ngó nó, ông ta chú ý hơi lâu vào ngực và đùi nó hở hang, ông ta lắc đầu:

– Chưa rõ, chẳng có giấy tờ gì cả.

Nó lẩm bẩm:

– Tôi nghi con bạn tôi quá. Nó vừa vào kiếm tôi trong bar.

Tôi đưa xâu chìa khóa cho nó về nhà tôi. Bây giờ nát bấy ra thế kia làm sao nhận ra ai được.

Người cảnh sát quay lại nhìn nó:

– Xâu chìa khóa? Cô vừa nói xâu chìa khóa phải không?

Đứa con gái gật đầu. Người cảnh sát kêu người bạn đồng sở gần đó, ông ta lấy một xâu chìa khóa giơ ra trước mặt cô gái:

– Phải cái này không?

Miện gật đầu:

– Đúng rồi! Đúng con Thám rồi.

Người cảnh sát hỏi lại:

– Người chết này tên là Thám? Cô biết cô ta?

Đứa con gái gật đầu:

– Nó là bạn tôi mà. Tội nghiệp con nhỏ. Làm sao nên nông nỗi này.

Người cảnh sát lấy sổ ra hỏi và ghi.

Đứa con gái ngập ngừng:

– Tôi chỉ biết nó tên là Thám thôi. Xâu chìa khóa này là của tôi cho nó mượn để nó về phòng tôi mở cửa.

Người cảnh sát lại hỏi:

– Nạn nhân ở cùng nhà với cô?

Đứa con gái lắc đầu:

– Không, nhà nó ở bên Gia Định. Nó đến chơi với tôi mà thôi.

Người cảnh sát lại hỏi:

– Cô biết rõ tên họ?

Đứa con gái lại gật đầu:

– Không, tôi không biết họ nó. Nhưng tôi biết nhà.

Người cảnh sát lại hỏi:

– Cô cho tôi địa chỉ nạn nhân.

Đứa con gái một lần nữa lắc đầu:

– Tôi không nhớ số nhà. Nhưng tôi biết nhà nó. Để tôi dẫn các thầy đi tìm.

Hai người cảnh sát nói chuyện với nhau. Lát sau một người vẫy cô gái ra một chiếc xe jeep đậu gần đó.

Họ đi báo tin cho gia đình nạn nhân. Khi tìm được mẹ Thám và Túy đến thì xác chết đã được đưa đi. Mẹ Thám và Túy được chỉ đến nhà xác bệnh viện, nhưng khi tìm được đến người ta đã khóa cửa kín bưng. Nhìn ngôi nhà cũ kỹ tối thui dưới lùm cây trong một lối vào rậm rạp, mẹ con Túy lại lủi thủi ra về. Người mẹ khóc tấm tức. Túy theo sau. Sáng hôm sau trở lại nhà xác, người mẹ muốn xỉu đi vì không thể tưởng tượng được sự chết của đứa con gái lại có thể vỡ tan tành thân thể như vậy. Khi cảnh sát hỏi người đàn bà có thưa gởi gì không, có đòi bồi thường không, người đàn bà chỉ biết nói các ông làm sao cũng được.

Đám táng con Thám được âm thầm chôn ngay chiều hôm đó. Khi nhà hòm liệm xác vào hòm gỗ, người phu phải nhặt từng khúc chân, khúc tay, từng tảng thịt và phải lấy khúc cây khều từng sợi ruột cho vào tấm vải.

Những mảnh sọ trắng hếu cũng được ông ta xếp lại phía trên đầu. Mùi thúi lại xông lên đến lộn mửa.

Đi theo chiếc xe đám táng, chỉ có người mẹ, Túy và con bạn. Tiếng khóc không đủ vượt lên khỏi được sự ồn ào của thành phố. Hai đứa nhỏ vẫn tha thẩn ở nhà.

Chín về phép với bộ quân phục rằn ri và chiếc nón cũng rằn ri chụp xuống đến trán. Chín đã sắm được chiếc kính đen và đeo xùm xụp trên mắt suốt ngày.

Chín về tới nhà nghe đứa em nhỏ nói mẹ đi ở đợ, Thám xe đã cán chết, Chín bỏ đi tìm lũ bạn.

Mấy thằng sửa xe gắn máy thấy Chín trong bộ đồ lính lò dò tìm đến, chúng khớp không dám lối như trước nữa. Chín cũng không còn nể tụi nó như dạo nọ. Chín đứng gác chân lên chiếc xe tụi nó đang sửa.

Mấy thằng nói chuyện với Chín không còn xưng mày tao mà đã gọi Chín bằng anh. Chín thì lại gọi tụi nó bằng mày và xưng tao tỉnh bơ.

Chín kể cho tụi nó nghe những trận đánh tưởng tượng và những lần giết người phịa. Chín chỉ con dao găm đeo nơi hông nói:

– Con dao này tao đã đâm hai thằng VC rồi đó chúng mày biết không.

Tụi con trai thoáng rùng mình. Chín cười thành tiếng rồi chợt ngưng lại nghiêm nét mặt ngay. Lối cười này nó phải tập mãi, nó bắt chước ông Đại úy trưởng trại và dự định sẽ mang về cười biểu diễn để nồ tụi con trai sửa xe này.

Quả nhiên tụi con trai khiếp vía. Chúng trở nên lúng túng, không rõ Chín thân mật thực sự hay giận dữ tụi nó. Chín hài lòng trước cái kết quả của trò chơi đó Chín hỏi một thằng:

– Tụi mày còn nhớ con em gái tao không.

Tụi con trai im lặng trước sự nhắc nhở đến con Thám. Chín gợi lại vụ ở xa lộ. Thấy không đứa nào nói gì. Chín nhắc:

– Con em gái tao đó. Con nhỏ mà chúng mày dụ ra xa lộ định chơi đó. Con nhỏ mà chúng mày bắt nó cởi quần áo, rọi đèn xe bắt tao khám đó. Thằng nào nhớ không?

Cả bọn im lặng. Chín chửi thề:

– Tụi bay toàn là những đứa vô tình. Chúng mày có biết không, tao rất ân hận dạo đó đã cản không cho em tao đàng điếm với tụi mày.

Mấy đứa con trai còn chưa hiểu, Chín tiếp:

– Bây giờ nó chết rồi. Nếu tao biết vậy tao để thây kệ cho nó đi chơi với tụi bay cho xong.

Một thằng ngập ngừng:

– Anh nói con Thám nó chết rồi.

Chín gật đầu:

– Nó bỏ nhà đi theo mấy con bạn của nó và bị xe cán chết. Mấy đứa con trai cùng cúi đầu, vẫn không nói gì. Chín chợt hỏi:

– Còn con bạn vẫn hay đi với chúng mày đó, bây giờ nó đâu rồi?

Một đứa lắc đầu:

– Chẳng biết nữa, không thấy nó đến đây chơi. Nghe nói nó đi bán bar lấy Mỹ gì đó.

Chín nhún vai:

– Tao phải đi kiếm con nhỏ đó mới được. Tụi bây có đi với tao không?

Cả bọn không đứa nào nhúc nhích. Chín vỗ thật mạnh lên vai một thằng đang lui hui cạnh đó. Chín cũng mới học được kiểu át giọng này.

Nửa thân mật nửa dọa dẫm, miệng cười tươi nhưng đập thật mạnh vào đối thủ sẽ làm cho thằng nào bị đụng tới mà nhát gan sẽ mất tinh thần. Chín cười ha hả:

– Tụi bay có rảnh đi chơi với tao. Đi với tao chúng mày khỏi lo. Thằng nào đụng đến chúng mày tao cắt gân nó ngay.

Một đứa trong bọn chỉ vào trong nhà:

– Ông chủ hồi này khó lắm. Ông dọa đuổi hoài à. Tụi tao không dám lấy xe đi chơi.

Chín nghêng ngang nhìn vào phía trong:

– Tụi bây có muốn tao "làm" luôn lão chủ đó không? Cắt gân hết.

Mấy thằng con trai hoảng sợ nhìn vào trong nhà. Chúng sợ tiếng nói của Chín đến tai ông chủ. Chín vẫn nghênh ngang:

– Nếu cần thì tao "dộng" vào nhà lão ta một quả lựu đạn cho lão hết làm tàng với tụi mày.

Một thằng hoảng quá, nó kéo Chín ra quán nước mời Chín uống. Chín tỉnh bơ gọi bia gọi thuốc hút bóc bánh ăn. Mấy thằng con trai ngắm nghía bộ đồ rằn ri của Chín tấm tắc:

– Trông anh lớn hẳn ra.

Chín ngồi uống bia huyênh hoang khoác lác một hồi. Khi tụi con trai trả tiền. Chín chìa tay:

– Thằng nào có tiền cho tao mượn mấy bò xài chơi. Hôm nào lãnh lương tao trả.

Tụi con trai gom góp Chín cầm tiền nhét xuống giầy. Cử chỉ này Chín cũng bắt chước tụi bạn trai trong biệt kích.

Ra khỏi quán Chín bỏ đi, nó chợt nhớ đến thằng Túy. Chín tìm đến chỗ em sửa xe. Túy đang lúi húi làm việc. Chín đến bên cạnh nó cũng không hay, Chín đá vào đít em một cái. Túy ngước lên nhìn thấy anh mừng rỡ. Chín hỏi ngay:

– Tao đi vắng, ở nhà mày làm sao mà để con Thám nó bỏ nhà ra đi cho xe cán chết vậy?

Túy xịu mặt, nó buông đồ nghề rơi xuống vỉa hè. Chín cười tiếp:

– Chắc mày đuổi nó đi.

Túy cãi:

– Đâu có.

Chín lại nói:

– Hay là nó xin tiền mà mày không cho. Mày kẹo thấy mẹ. Mày chỉ lo kiếm tiền mang về cho bà già mày.

Tao mà mày còn không cho sức mấy con Thám xin được.

Túy hăng hái:

– Em có cho nó đấy chứ.

Chín lại cười:

– Mày tốt bụng nhỉ.

Túy cúi mặt cười, Chín hỏi:

– Nó chết làm sao?

Túy kể lại cho anh nghe cái chết của Thám. Rồi Túy kết luận:

– Mẹ buồn lắm! Ban ngày đi làm, tối về mẹ khóc tấm tức hoài!

Chín "xì" một miếng rồi nói:

– Khóc làm mẹ gì. Lúc sống thả rông nó như thả gà heo, chết còn khóc.

Túy bênh mẹ:

– Anh nói vậy chứ mẹ thương tụi mình lắm. Mẹ thương anh nữa. Khi mẹ khóc con Thám mẹ lại nhắc tới anh.

Chín ngồi trên yên chiếc xe Túy đang sửa:

– Mẹ khóc con Thám mà lại nhắc đến tao, bộ bà ấy trù ẻo tao luôn sao.

Túy nhăn mặt:

– Anh chỉ nói bậy.

Chín móc thuốc châm hút:

– Nói bậy? Tao nói bậy gì đâu. Mẹ khóc nó mà nhắc tên tao vào rồi nó vận vào người tao ấy chứ lị. Điệu này không chừng tao cũng có ngày tịch luôn quá. Đ. M đánh nhau rầm trời tối ngày.

Túy phân bua cho mẹ:

– Mẹ nhắc tới anh là vì mẹ thương anh. Mẹ sợ anh gặp khổ sở nguy hiểm. Em nghĩ những lúc đó là mẹ thương con cái lắm chứ.

Chín trề môi:

– Thương! Thương thì cứ phát tiền cho tiêu việc gì phải khóc. Hồi này mày kiếm khá không?

Túy lắc đầu:

– Cũng nhì nhằng vậy.

Chín nheo mắt nhìn em:

– Mày lại sợ tao xin hả. Ê! Tao không có thèm nghe không?

Túy lảng sang chuyện khác:

– Anh về hồi nào?

Chín búng mẩu tàn thuốc ra xa:

– Mới tức thì. Tao có ghé về nhà thấy hai lỏi tì chơi rông, tao đi loanh quanh rồi ra đây.

Túy hỏi thăm:

– Anh về phép?

Chín chép miệng:

– Phép tắc khỉ gì. Lâu lâu bỏ về thăm mày xem sao.

Túy lo ngại:

– Rồi lỡ bị phạt thì sao? Em nghe nói nhà binh kỷ luật lắm mà.

Chín lại châm điếu thuốc khác:

– Kỷ luật cái con c. gì. Tao đi biệt kích chứ có phải nhà binh đâu.

Biệt kích không giống… nhà binh của mày. Biệt kích buồn tình muốn đi là đi muốn ở là ở. Đi chán lại về cũng chẳng sao? Mày biết c. gì chuyện đó mà nói.

Túy tò mò:

– Dễ vậy thì anh ở nhà luôn đi, anh đi mẹ buồn khổ quá. Nhất là bây giờ con Thám đã chết.

Chín gõ gót giày vào chiếc xe:

– Sức mấy tao ở nhà. Không đi lính này tao đi lính khác, ở nhà để phải xin tiền mày à.

Túy bảo anh:

– Anh ngồi xuống thùng đồ nghề này đi. Chủ xe họ sắp trở lại kia kìa. Ngồi trên xe họ như vậy họ rầy chết.

Chín trừng mắt ngó quanh:

– Rầy! Thằng nào dám rầy tao. Ông đâm thấy mẹ ấy chứ.

Túy năn nỉ:

– Thôi mà anh. Họ là khách hàng mình phải chiều họ chứ. Xe của người ta bóng loáng thế này mà anh ngồi lên trên. Nện gót giầy cồm cộp làm sao họ không sót ruột. Họ phải rầy mình chứ. Sửa xe cho người ta phải giữ gìn cho người ta. Em cũng cần giữ tín nhiệm.

Chín giơ trái đấm vào mặt Túy:

– Mày nói ít chứ không tao đấm vỡ mặt luôn.

Để tao chờ cái thằng khách hàng của mày lại coi. Tao cứ ngồi cứ phá xe nó xem nó dám làm gì tao.

Túy cầm tay anh kéo xuống :

– Em lạy anh đó. Họ không dám nói gì anh vì họ thấy anh mặc đồ rằn ri nhưng họ sẽ mắng em.

Chín trợn mắt:

– Nó mắng mày đã có tao bênh. Tao là anh mày mà. Bộ tao để yên cho nó đánh mày sao.

Túy nói như mếu:

– Anh thương em thì anh thương ngay từ bây giờ có hơn không. Anh đừng gây ra rắc rối tốt hơn là để rắc rối xảy ra anh mới binh. Anh xuống ngồi đây đi.

Chín nhìn Túy mếu máo tức cười:

– Tao trông mày mếu tao thấy ngộ quá. Đ. M. Chúng nó bỏ ra mấy chục bạc thuê mày sửa xe mà mày phải quỵ lụy nó đến sợ hãi như vậy sao. Mày chịu vậy chớ tao thì rinh luôn cái xe của nó mang bán cho được việc.

Túy đưa vạt áo thấm nước mắt. Chín chửi thề nữa rồi nhảy xuống khỏi yên xe. Túy cười méo miệng:

– Anh có thương em thật.

Chín cười nhưng văng tục:

– Tao đếch có thương đứa nào hết. Tao không chịu được khi thấy mày mếu xệch cái mồm nên tao thôi chọc mày đó. Mẹ cóc hơi tí là khóc.

Túy nhìn anh biết ơn:

– Như vậy là thương rồi còn gì.

Chín bĩu môi:

– Cha, mày bợ dữ vậy. Mày khôn lắm nhóc ạ. Mày thấy tao chịu nhường mày, mày bốc tao để tao chịu mày luôn chứ gì. Đã vậy lát nữa tao gây sự đấm cái thằng khách hàng của mày mấy quả.

Túy cuối xuống thu xếp đồ nghề:

– Họ làm gì mà anh đấm họ.

Chín nhổ nước miếng xuống đất:

– Mẹ cóc, cứ phải làm gì tao tao mới đánh được à. Tao muốn đấm thì tao đấm, muốn đấm là đấm. Thiên hạ bắn nhau rùm trời có ai hỏi ai tại sao đâu. Phe nào cũng nói mình có lý, phe nào cũng nói mình phải hết. Tao không thích thế, tao ngứa tay là tao mần.

Túy lắc đầu tỏ vẻ không chịu, nhưng thấy Chín hung hăng quá. Túy sợ Chín sẽ gây lộn với khách hàng thì rắc rối. Túy gạ:

– Thôi bỏ chuyện đó đi. Anh chờ em lát nữa cùng về, em bao anh ăn mì.

Chín dè bĩu:

– Tốt bụng dữ. Mày mà dám bao tao ăn nhậu sao?

Túy ra cái điều bất cần:

– Lâu lâu cũng phải ăn chơi một lần chứ.

Với lại anh cũng đi xa lâu mới về. Anh em mình ăn nhậu mừng chơi.

Chín vẫn khinh khỉnh:

– Tao cóc thèm mày bao. Để tao bao mày ăn. Tao bây giờ cũng có tiền xài, cũng có tiền bao lại chứ bộ.

Để về nhà tao cho tụi bây tiền mà may sắm quần áo mặc.

Túy tần ngần:

– Phải chi anh về con Thám còn sống. Em cũng muốn

kiếm một món tiền cho nó may một bộ đồ đẹp nhưng chưa để dành nổi. Con nhỏ nó thèm mặc quần áo đẹp lắm, nhìn người ta ăn vận mắt nó cứ thao láo thèm thuồng. Bây giờ nó còn sống chắc nó sẽ được anh may cho một bộ đồ.

Chín gật đầu nhưng giọng nhỏ đi:

– Nó còn sống tao cho nó ngay.

Túy quay sang Chín hỏi:

– Mà lương tháng của anh được là bao. Anh cũng còn phải ăn xài nữa chứ.

Chín bĩu môi:

– Tiền lương mà ăn nhằm gì. Không đủ cho tao chơi một tối. Không đủ nhậu một bữa hay xì phé một giờ.

Túy trố mắt:

– Anh bây giờ cũng đánh bạc?

Chín thông thạo:

– Đánh từ khuya rồi. Tao bây giờ chì lắm. Không còn gì tao không biết.

Túy tò mò:

– Nhưng tiền đâu đủ cho anh xài?

Chín vung tay lên cao:

– Kiếm.

Túy lại tò mò:

– Anh đi làm thêm?

Chín bật cười:

– Ừ đi làm thêm. Mà mày biết tao làm gì không?

Túy lắc đầu:

– Em chịu.

Chín cười ha hả tiếp:

– Tao đi ban đêm, vớ được tụi Cộng sản thì bắn chết

rồi lột hết, đồng hồ bút máy, cà rá. Thỉnh thoảng làm được một tên thâu thuế về thì phải biết. Tiền nó giấu trong bắp chân cả bó.

Túy im lặng. Chín tiếp:

– Mày biết tiền đó ở đâu mà ra không? Tụi nó đi thâu thuế của dân, mình có lấy lại xài cũng là phải, để tụi nó xài phí đi. Tụi tao mỗi lần đi kích khoái gặp mấy thằng cán bộ thâu thuế này lắm. Nó gặp mình ít đứa dám chống cự, ít đứa dám liều mà chỉ tìm cách co giò chạy. Mình đánh với nó cũng đỡ vất vả hơn. Hạ rồi lục nơi bắp đùi bắp chân trước nhất. Có lần tui tao vớ được mấy bó chơi xài đã lắm.

Túy lại hỏi:

– Cấp trên anh không biết à?

Chín bĩu môi:

– Để cho mấy cha ấy biết thì còn ăn c. gì nữa. Kiếm được là phải dấu kỹ chứ. Mang nạp cho mấy cha ấy thì chỉ được một tiếng khen rồi mấy chả cũng xài luôn chứ bộ cho lại mình đâu. Tụi tao chủ trương thằng nào kiếm được thằng đó xài.

Túy ngập ngừng:

– Như vậy chắc kỳ này anh mang về nhiều tiền lắm.

Chín vỗ tay đồm độp vào túi quần:

– Cũng khá. Mà mày hỏi làm gì. Tính "địa" sao?

Túy chân thành:

– Anh cho mẹ một món tiền mẹ giữ đó để dành cho anh hoặc phòng lỡ mẹ có đau ốm gì.

Chín xua tay:

– Không. Không được.

Túy ngạc nhiên:

– Anh có nhiều tiền mang về không cho mẹ sao?

Chín ngẫm nghỉ hồi lâu mới nói:

– Tiền này bẩn lắm. Cũng coi như là tiền tao đi ăn cướp lại của tụi cướp vậy. Không nên để tiền này. Có thì xài tống nó đi cho chóng hết rảnh tay. Giữ trong người xui xẻo thì sao?

Túy phân vân:

– Nhưng mẹ nghèo. Nhà mình nghèo. Mình cứ coi như trời cho. Anh nên đưa cho mẹ giữ hộ.

Chín nheo mắt nhìn Túy:

– Mày khôn tổ mẹ. Mày tán tỉnh lý luận cũng khá lắm nhưng tao nói không là không. Tối nay tao đi chơi hết.

Túy buồn ra mặt. Chín an ủi:

– Để lần sau về tao sẽ cho mẹ một món tiền khá.

Túy lo lắng:

– Lỡ lần sau anh không có thì sao. Đâu có phải lần nào đi kích cũng gặp cán bộ thâu thuế, lâu lâu mới có chứ.

Chín hăng hái:

– Không có món này thì có món khác. Thiếu gì cái bán ra tiền. Lượm được khẩu súng lục báng có sao đỏ là có mấy bó ngay. Tụi Mỹ nó khoái thứ súng này lắm. Thằng nào cũng muốn mang về xứ khoe với bà con. Tao bán được mấy khẩu rồi.

Túy lại im lặng. Chín kể tiếp:

– Ngà voi, nanh heo rừng, da cọp, những thứ đó bán cũng được tiền lắm.

Túy nói nhanh:

– Coi bộ anh kiếm tiền dễ quá hả.

Chín nhún vai không nói, Túy tiếp ngay:

– Thôi lần này anh bớt ra cho mẹ đi.

Chín cáu kỉnh:

– Tao bảo không được là không được. Tao nói lần sau mày nghe chưa?

Túy buột miệng:

– Lỡ anh không…

Túy định nói Chín không bao giờ về nữa nhưng ngừng lại được. Chín cũng hiểu ra nó cười nhếch mép:

– Mày sợ không có lần tao về nữa phải không? Mày sợ tao chết chứ gì. Mày mong tao chết lắm sao mày trù ẻo vậy.

Túy cãi:

– Đâu có.

Chín chửi:

– Tiên sư mày! Còn chối nữa. Mày sợ tao đi lần này chết mất xác thì mẹ lỡ mất một món tiền chờ đợi. Mày chắc lép lắm. Mày sợ không có tiền cho mẹ chứ mày đâu có lo tao chết. Đã vậy đừng hòng tao cho một đồng. C. tao đây này.

Túy mếu máo:

– Em đâu có nghĩ vậy. Anh nói không cho em. Anh cũng chẳng thương mẹ gì cả. Thôi anh giữ lấy mà đi ăn chơi. Không nói đến chuyện đó nữa.

Chín tặc lưỡi:

– Không nói thì thôi. Tao mang đi ăn chơi là cái chắc. Mày có muốn đi chơi với tao tối nay không?

Túy lắc đầu rồi cúi xuống. Người chủ xe đến. Túy cầm tấm giẻ lau lau chờ tiền.

Mắt Túy liếc chừng Chín chỉ sợ Chín gây sự với người ta. Người đàn ông trả tiền rồi dắt xe đi. Chín chỉ ngồi cười. Khi người đàn ông đi khỏi Chín mới lấy từ trong áo ra chiếc gương chiếu hậu đưa cho Túy:

– Tao cho mày bán lấy tiền mang về cho mẹ.

Túy ngỡ ngàng chỉ anh:

– Ở đâu anh có vậy?

Chín búng tay nhún vai:

– Mày không cho tao đánh mấy thằng cha đó thì gỡ nhẹ cái gương trên xe nó vậy. Cái này mày bán được bao nhiêu?

Túy thất sắc:

– Trời anh làm thế người ta trở lại chửi em chết.

Chín sừng sộ:

– Đứa nào chửi được mày. Tao đã nói không đứa nào chửi được mày cả. Bằng cớ đâu. Nó có trở lại mày nói không biết. Thế là xong. Rồi nó làm gì được mày nào.

Túy khổ sở:

– Chắc cũng không làm gì được em nhưng họ chỉ réo bố mẹ lên xỉ vả thôi.

Chín vung tay:

– Nó chửi bố mẹ mày tao đánh nó chết.

Túy cũng phát sùng:

– Lúc đó anh đi rồi làm sao mà đánh.

Chín chỉ xuống đất:

– Tao chờ nó ở đây. Thế nào nó cũng trở lại. Tao sẽ giơ cái gương này cho nó thấy mà tức hộc máu.

Túy chán nản:

– Làm vậy thì chó nó thèm đến sửa xe ở đây nữa.

Chín vẫn hăng hái:

– Đếch cần! Mày sửa xe ở đây là giúp người ta.

Đứa nào đi qua khu đường này bị hư xe đều phải cần mày. Họ cần mày, mày không cần ai. Mày phải biết như thế để có một cái hách.

Túy buông thõng:

– Hách mẹ gì. Đói rách mà hách làm gì.

Chín cười xòa:

– Vậy thì thôi, mày có thể nói tao gởi tặng mẹ. Thêm vào một tí cho bớt đói rách.

Túy vứt cái gương xuống đất:

– Không thèm. Tôi không thèm. Mẹ cũng không thèm. Anh mang đi mà bán mà xài.

Chín đứng dậy chống nạnh tay:

– Mày chửi tao hả! Mày khinh tao ăn cắp, mày khinh đồ ăn cắp không thèm lấy?

Túy không nói. Chín đá cái gương thật mạnh văng ra đường. Một chiếc xe chạy qua cán lên vỡ nát.

Mảnh kính lóng lánh phản chiếu ánh sáng chói vào mắt Túy. Chín văng tục lầm bầm. Túy thu xếp đồ nghề mang đi gởi. Xong nó lầm lũi trở lại bảo Chín:

– Đi về.

Chín lùi ra xa nhìn Túy:

– Mày ra lệnh cho tao?

Túy mệt mỏi:

– Đâu có, em mời anh đi về nhà.

Chín phì cười:

– Mời hay nhỉ?

Túy lầm lũi đi. Chín theo sau móc thuốc hút. Chín nhìn vu vơ và cười.

Đi được một quãng. Chín gọi giật:

– Túy!

Túy đứng lại nhìn anh. Chín bước lên gần em:

– Mày mời tao về nhà mà mày lầm lì vậy sao? Mày thấy tao về mà mày không mừng rỡ gì cả?

Túy toét miệng cười:

– Thì mừng đây.

Chín lại bĩu môi:

– Mừng mà mặt mày bí xị, mừng mà lầm lũi đi trước.

Túy đấm đầu mình bồm bộp:

– Tôi rầu thấy mẹ mà anh hành hạ quá mức. Anh muốn tôi làm gì bây giờ.

Chín đi sóng đôi bên em:

– Tao làm gì mà hành hạ quá mức. Tao về thăm.

Túy nói như rên rỉ:

– Anh về thăm thì em mừng đó.

Chín vẫn cự nự:

– Tao không thích mày vừa mừng gặp tao vừa rầu rĩ về một chuyện gì đó.

Túy nói ngay:

– Con Thám nó mới chết làm sao không buồn rầu cho được.

Chín lắc đầu:

– Không. Tao biết rõ mày không chỉ buồn rầu về chuyện đó. Mày còn buồn rầu vì phải mừng tao về.

Túy đi lùi lại sau Chín:

– Anh nói vậy nghe sao được. Mừng anh về là mừng thiệt chớ bộ. Tuy nhiên trong nhà có nhiều vấn đề khó khăn. Con Thám chết. Cửa nhà thiếu thốn.

Chín nói lớn:

– Cửa nhà thiếu thốn thì đã có... mày lo. Con Thám chết thì tao biết rồi. Nói làm gì mãi.

Túy im lặng. Chín đi bên em hồi lâu rồi mới ngập ngừng:

– Từ hồi chiều tới giờ tao nói phét với mày đó. Thực ra tao đâu có tiền...

Túy kín đáo nhìn Chín dò xét. Chín tiếp:

– Mấy bửa trước tao cũng có tiền thật. Nhưng bây giờ hết rồi. Tao bị tụi bạn nó "nặn" hết. Tụi nó rủ tao chơi bài...

Rồi như sợ Túy chưa tin, Chín vỗ vỗ các túi quần:

– Không còn đồng nào. Lúc chiều tao phải "bắt" mấy thằng bạn sửa xe vài bò.

Túy im lặng xa xôi. Thấy thế Chín do dự:

– Bộ mày buồn... lắm sao?

Túy chậm chạp:

– Buồn gì đâu.

Chín chỉ vào túi mình:

– Buồn vì thấy tao nói phét. Buồn vì tao không có tiền mang về.

Túy lắc đầu:

– Đâu có.

Chín lại cười khan:

– Lại chối. Tao biết mày buồn tao chứ sao khỏi được. Mày tưởng tao mang nhiều tiền về thật, mày hi vọng tao sẽ đưa mẹ. Bây giờ mày biết tao không có mày vỡ mộng, mày thất vọng, mày buồn.

Túy đá những cục gạch dưới đất bước đi:

–Có thì tốt không có thì thôi cũng chả sao…

Chín thở dài tiếp lời Túy:

– Tao không còn thật mà. Phải chi tao đừng đánh bạc.

Túy xua tay:

– Thôi anh đừng nói gì nữa.

Chín cụt hứng. Túy bước nhanh hơn với Chín:

– Mình về nhà nói chuyện với tụi nhỏ và chờ mẹ về ăn cơm. Chắc giờ này mẹ cũng sắp về tới.

Chín bước nhanh theo Túy. Bóng tối đã nhá nhem, Chín nhăn nhó:

– Túy sao mày đi nhanh vậy?

Túy chậm bước lại:

– Về nhà cho rồi.

Chín lại móc một điếu thuốc:

– Thì chẳng đang về nhà là gì đây.

Túy đành đi bên anh nó. Chín đưa một điếu thuốc cho Túy, Túy định không lấy nhưng nghĩ ngợi sao đó, nó tặc lưỡi cầm đưa lên môi ngậm. Chín châm lửa cho em rồi mới mồi điếu thuốc của mình. Chín phà khói nhìn lên trời. Túy hỏi:

– Như vậy là hiện trong túi anh… không có tiền?

Chín gật đầu. Túy lại im lặng. Chín nói:

– Về nhà bây giờ có gì ăn cơm không?

Túy gật đầu:

– Bữa tối nào cũng có thức ăn cả. Mẹ xin đồ thừa của chủ mang về.

Chín nhổ nước bọt:

– Đồ thừa ăn làm đếch gì. Ăn như thế là ăn nước rãi người ta. Tao không thèm.

Túy cãi:

– Người ta ăn gắp bằng đũa, còn lại mình ăn thì đâu có sao. Coi vậy cũng đỡ tiền mua đồ ăn cho nhà mình lắm. Tụi nhỏ nhà ta khoái chí tử.

Chín bĩu môi:

– Người ta gắp thức ăn cho vào miệng rồi và cơm rồi lại gắp như thế không là nhỏ rãi vào đồ ăn sao? Tao thấy tởm lắm. Tao chịu thôi. Tao không ăn cơm nhà đâu.

Túy cau mặt nhìn Chín:

– Anh nói gì nghe gớm quá. Nhà mình ăn từ hồi nào đến giờ có chết ai đâu. Mấy đứa nhỏ còn mập hơn hồi đó nữa.

Chín vẫn lắc đầu:

– Có mày ngu mới không biết. Mẹ cũng ngu mới mang những thứ đó về. Tao mỗi khi có tiền tao ăn tiệm không à.

Túy tức tối:

– Anh ăn tiệm có chắc là không ăn thừa người khác không?

Chín quắc mắt:

– Mày đừng nói tầm bậy.

Túy mãi miết nói:

– Biết đâu người đầu bếp họ không múc ra nếm rồi đổ vào lại, biết đâu người khách trước ăn thừa, tiệm họ không dồn cả vào nồi, biết đâu…

Chín nạt lớn:

– Mày có tiền đi ăn tiệm bao giờ mà nói láo. Im miệng đi.

Túy không nói nữa, nó lẳng lặng bước đi.

Chín bực bội:

– Tao không thèm về nhà nữa. Tao kiếm tụi bạn đi chơi. Mày về nói với mẹ tao vẫn chưa chết, tao về đây nhưng tao không về nhà, đừng chờ.

Túy quay sang Chín năn nỉ:

– Thì anh về nhà thăm mẹ một lát. Mẹ nhớ anh mà.

Chín xua tay:

– Về để nhìn bà ấy khóc à. Thôi khỏi đi. Tao đi đây.

Túy đứng lại nơi đầu ngõ nhìn Chín không hiểu, Chín nhìn về phía ngoài đường, đèn điện và đèn xe sáng loang loáng. Chín xọc tay vào túi quần lắc lắc:

– Thôi tao đi nghe.

Túy hoảng hốt:

– Bộ anh không về thật sao?

Chín nhìn Túy cười:

– Thật chứ sao không thật. Bộ mày tưởng tao doạ mày à?

Túy cúi đầu dí chân trên nền đất:

– Em đâu nói vậy. Em nghĩ bây giờ cũng tối rồi, anh về nhà ăn cơm với mẹ cho vui, mai anh hãy đi chơi.

Chín bảo em:

– Mai tao đi rồi. Tao dù về chứ phép tắc gì đâu mà ở lâu được, mày về đi.

Chín dợm chân bước trở ra ngoài đường. Túy gọi giật lại. Chín hỏi:

– Còn gì nữa hả mày? Thằng này lắm chuyện quá.

Túy bối rối:

– Anh không cố gắng về nhà cho mẹ thấy mặt sao?

Chín cự nự:

– Mày làm như tao đi rồi không bao giờ trở về nữa

không bằng. Tao đi chơi đêm nay, sáng mai tao trở vô trại tao sẽ kiếm một số tiền mang về cho mẹ. Hay là mày cầm bằng tao đi là chết mất xác luôn. Còn lâu con ạ.

Túy bước trở lại chỗ Chín, hai anh em nó đứng trong bóng tối chập choạng:

– Đã về đến đây thì anh cũng nên ghé nhà chào mẹ.

Anh chỉ về đến đầu ngõ rồi đi ngay mà không vào nhà, em thấy anh bất nhẫn quá à.

Chín nhìn đứa em mờ mờ trong bóng tối trước mặt không nói. Tuý tiếp:

– Hay anh sợ ăn đồ thừa mẹ mang về thì để em ghé ngoài quán kia mua một hộp cà ri gà để anh ăn cơm.

Thấy Chín vẫn yên lặng. Túy tiếp:

– Cà ri gà nấu đậu đóng hộp của quân tiếp vụ anh biết không? Ngon lắm. Lính họ mua ở trong trại năm chục mang ra tiệm bán trăm rưỡi. Mình mua trăm tám. Có cả đậu và hành tây. Anh đứng đây em ra quán mua một hộp về anh ăn cơm nghe.

Chín chặn Túy lại trừng mắt:

– Khỏi! Tao không ăn đâu. Mày đừng thắc mắc vụ đó.

Tao không muốn về là vì tao không có tiền. Mẹ cóc! Có tiền bây giờ thì đẹp quá. Có tiền để cho bà già, cho tụi nhỏ, rủ mày đi ăn chơi tối nay. Tiền giải quyết được nhiều việc thật. Mẹ cóc!

Nếu không thua bạc! Mẹ cóc! Nếu tao không đánh bạc! Ê Túy. Mày có buồn tao nhiều không?

Túy lại vội vàng chối đây đẩy:

– Em đã nói là em không buồn mà.

Chín lắc đầu:

– Tao biết mày buồn. Nhưng tao muốn hỏi mày buồn nhiều không? Tao mà có tiền bây giờ tao bắt mày đi ăn chơi với tao.

Túy lại dậm chân bước đi:

– Thôi để em đi mua hộp cà ri về nhà anh em mình ăn, quanh quẩn đây làm gì mãi. Tối rồi.

Chín cương quyết:

– Tao đi đây, mày về nhé.

Chín bỏ đi ra ngoài đường thật. Túy mếu máo lẽo đẽo chạy theo gọi:

– Anh Chín! Anh Chín!

Chín ngừng bước quay lại:

– Gọi tao hoài vậy mày?

Túy luýnh quýnh:

– Anh… đi thật sao?

Chín nạt:

– Thằng này lôi thôi quá. Mày hỏi tới hỏi lui chuyện đó hoài. Bộ tao nói dóc sao?

Túy buột miệng:

– Anh không có tiền thật à?

Chín thò tay vào túi quần móc ra hai bàn tay không.

Túy nói nhanh:

– Vậy anh cầm tiền đây mà tiêu.

Chín trố mắt nhìn thằng Túy đưa cuộn tiền móc từ trong túi áo ra dúi vào tay Chín. Túy nói:

– Có mấy trăm đó. Anh cầm lấy mang đi mà tiêu.

Chín bỡ ngỡ:

– Bộ mày không mang về cho mẹ sao?

Túy cười mạnh dạn:

– Lâu lâu đưa anh một bữa. Với lại ở nhà mẹ cũng còn tiền.

Chín vẫn thắc mắc:

– Rồi mày về nói với mẹ làm sao?

Túy vung tay lên phía trước mặt:

– Thì nói hôm nay không có mối. Kiếm được ít quá em mua keo mua mỡ để sửa xe.

Chín gật đầu cười khì:

– Mày hồi này nói láo cũng tài dữ.

Rồi chợt khựng lại, Chín đưa trả tiền lại em:

– Mà thôi tao không lấy đâu.

Túy năn nỉ:

– Anh không có tiền thì cầm đỡ lấy mà tiêu. Hôm khác anh về cho em lại…

Chín cười ha hả:

– Hay là mày định bỏ con săn sắt bắt con cá sọc, mày tính cho vay lời…

Túy phân bua:

– Đâu có. Em đưa anh thiệt mà.

Chín bỏ nắm tiền vào túi quần:

– Vậy thì tao đi ăn chơi.

Chín búng tay, miệng huýt sáo bỏ đi. Túy đứng tần ngần nhìn bóng anh nó lờ mờ đi ra phía vùng ánh sáng điện ngoài đường. Khi Chín ra tận ngoài lộ, Túy mới nhìn rõ cái dáng đi lóc chóc của anh nó.

Bóng Chín khuất nơi khúc quẹo. Túy thở dài lầm lũi đi sâu vào trong ngõ. Túy bước vào căn nhà tối thui.

Saigon ngày 26-1-1970
THẢO TRƯỜNG

Mé Nước

Lần đầu tiên Tuyên ra nghỉ mát ở bãi biển này: Chàng sống tại Sài Gòn từ mười lăm năm nay, trong thời gian dài đó, Tuyên cũng đã có nhiều dịp đi đó đi đây, thăm các thành phố miền Trung, các tỉnh lỵ miền Tây và cũng có những lần đi nghỉ mát ở cao nguyên hoặc các bãi biển xa xôi. Nhưng đây là lần đầu tiên Tuyên đến bãi biển gần Sài Gòn này. Khi có người rủ đi Vũng Tàu, Tuyên ngần ngại mãi. Như là chàng muốn để dành một cái gì. Nửa muốn đi cho biết, nửa lại muốn để nơi đó làm một chỗ cho mình chỉ ao ước tưởng tượng tới mà thôi. Tuyên nói với vợ chồng người bạn:

– Tôi muốn để dành nơi đó làm một chỗ mình không bao giờ tới được. Trên đất nước này mình được dịp đi đến khắp chốn, đã đặt chân tới không thiếu địa phương nào, kể cả những chỗ hẻo lánh nhất, tôi nghĩ có lẽ mình nên chừa một chỗ, một chỗ thật là gần để tự xí gạt là mình chưa biết hết được quê hương mình.

Người vợ bạn nghe vậy huých tay chồng nói khích Tuyên:

– Lại nữa. Anh thấy anh Tuyên không? Ảnh toàn sống theo cái ngoắt ngoéo của ảnh không à? Ảnh tự hành hạ ảnh không à. Mình thấy ảnh hồi này sức khỏe có vẻ yếu kém, rủ ảnh đi đổi gió, ảnh lại còn lẩm cẩm tự giam mình trong những ảo tưởng đâu đâu. Anh Tuyên ảnh sắp điên rồi, em đoán không sai đâu. Một ngày nào đó sẽ thấy ảnh sống như một người khùng cho coi. Chúng mình nên bắt buộc ảnh đi theo mình ra ngoài đó để sống ít lâu chứ không có ý kiến khỉ gì nữa cả. Hỏi ý kiến ảnh có khác gì tự tạo ra những dùng dằng lôi thôi. Bắt buộc. Chúng mình nên bắt buộc. Lâu lâu phải độc tài một tí.

Tuyên nhe răng cười nhìn vợ chồng bạn:

– Các cậu làm gì mà nhắng lên vậy. Đi thì đi chứ có khó gì. Tôi chỉ tiêng tiếc như làm mất một cái gì, như làm vỡ một cái ly vậy.

Vợ người bạn quay sang nói như gây sự với Tuyên:

– Mà anh giữ gìn điều đó làm chi. Có ích lợi gì không? Anh biết Vũng Tàu hay anh không biết thì cũng thế thôi chứ gì. Mà biết Vũng Tàu còn có cái lợi là anh có thể nói về nơi đó mỗi khi có người bàn tán tới thắng cảnh đó.

Tuyên vẫn bênh vực mình:

– Nếu một người, ai nói gì đều biết cả tôi nghĩ cũng không nên, ít nhất phải để dành một cái gì mình không nên biết. Điều đó sẽ làm cho mình canh cánh bên lòng là mình chưa biết hết.

Người vợ bạn buông tay kêu trời:

– Nhất ông rồi đó. Chỉ có mình ông sống theo ông mà thôi. Nhưng đặc biệt lần này ông phải đi theo vợ chồng tôi ra ngoài đó nghỉ ít bữa.

Tuyên gật đầu:

– Sự đó coi như xong rồi. Đi thì đi, làm gì mà các cậu phải làm khó với tôi như vậy.

Người đàn bà hăng hái:

– Không khó anh đâu có nghe theo. Nhưng còn một điều này, đi là đi nghỉ mát dưỡng sức, tôi không bằng lòng ai đi nghỉ mát mà miễn cưỡng đâu. Không có được tiếc nuối gì cả. Phải vui vẻ lên. Phải hăm hở lên.

Người chồng nói với vợ:

– Việc gì em phải ép buộc hả. Nếu chả không đi càng khỏe cho vợ chồng mình, có chả đi chẳng khác nào mình đeo thêm rờ moọc. Thêm bận bịu chứ quý báu gì.

Anh với em đi thôi, tụi mình sẽ sống những ngày trăng mật như hồi xưa. Anh sẽ chiều chuộng em, anh sẽ yêu thương em, anh sẽ nâng niu săn sóc em…

Tuyên ngắt ngang lời người bạn:

– Sức mấy. Tao sẽ đi. Tao sẽ làm kỳ đà cản mũi vợ chồng bay.

Người chồng thấy Tuyên hung hăng biết là Tuyên đã mắc mưu mình. Anh kín đáo nháy mắt cho vợ. Người vợ hiểu ý mỉm cười.

Tuyên xồng xộc đi vào phòng riêng, chàng nói lại:

– Tớ đi thu xếp quần áo.

Vợ chồng người bạn nhìn theo Tuyên cùng cười. Người chồng nói:

– Em thấy không? Anh chàng Tuyên này thường ương ngạnh như thế. Mình muốn hắn làm điều gì mà nói thẳng, hắn sẽ ít khi nghe theo, chỉ có cách nói ngược lại hắn sẽ ào ào làm theo ý mình.

Người vợ cầm tay chồng:

– Nghĩ cũng tội cho ảnh. Anh có thấy là hồi này ảnh có vẻ yếu không. Em thấy như là ảnh lười biếng ra, không thích làm việc, cả mấy ngày ảnh không ngồi vào bàn viết. Bỏ cơm bỏ nước. Thỉnh thoảng còn húng hắng ho.

Người chồng tắc lưỡi:

– Thằng đó coi bộ cũng sắp tới ngày rồi. Anh coi bộ hắn cũng chẳng sống được bao lâu nữa đâu.

Người đàn bà bấm tay chồng:

– Anh chỉ nói xui cho anh Tuyên thôi. Làm gì đến nỗi thế. Em thấy anh ấy chỉ có vẻ mệt mỏi chán nản. Hình như là ảnh thất tình cô Oanh nào đó.

Người chồng kéo vợ ngồi xuống ghế:

– Anh và anh Tuyên thân nhau từ hai mươi năm nay rồi, anh biết rõ hắn chứ. Thất tình là một thứ trang sức của hắn. Lúc nào mà hắn không thất tình. Lúc nào mà hắn không nghĩ là hắn không được yêu.

Người vợ quan trọng:

– Lần này em thấy anh Tuyên buồn thật mà. Người ta đùa giỡn với tình yêu mãi có ngày cũng bị thiệt chứ giỡn mãi được sao. Cô Oanh của anh ấy đấy thôi, anh ấy bị thiệt rồi.

Người chồng hỏi:

– Cô Oanh nào? Em biết cô ấy không?

Người vợ lắc đầu:

– Cô Oanh nào em đâu có biết. Chỉ nghe anh Tuyên một lần tình cờ than thở.

Người chồng hỏi:

– Hắn than thở với em?

Người vợ kể lại:

– Một hôm trong câu chuyện em có hỏi thăm anh Tuyên về những người yêu của anh ấy. Anh có than thở là trên đời này chẳng thể có tình yêu lâu dài. Chỉ có tình yêu giai đoạn. Khi mâu thuẫn xảy ra, tình yêu sẽ biến dần mất.

Anh có nhắc đến tên một cô Oanh nào đó. Và ảnh nói rằng ảnh tưởng cô Oanh có thể yêu ảnh được. Nhưng rồi cô Oanh đã chính thức điện thoại nói cô ấy rút lui.

Người chồng bật cười:

– Trong tình yêu mà cũng có danh từ rút lui sao. Bây giờ quân sự hóa tất cả rồi há em.

Người vợ ngả đầu vào vai chồng:

– Hay là tụi mình kiếm đại cô nào đó cưới cho ảnh.

Người chồng vuốt tóc vợ, đùa:

– Em vẫn khoe có bà hàng xóm nào đó góa chồng, 4 con vẫn thường chào em khi gặp ở ngoài ngõ đó. Hay là em cưới đại bà ấy cho xừ Tuyên.

Người vợ chợt sáng mắt lên:

– Anh có ý kiến hay đó. Bà ấy cũng còn trẻ đẹp, cũng dễ thương, lại siêng năng chăm chỉ nhanh nhẹn.

Lần nào đi về em cũng gặp bà ấy trước cửa nhà, bà ấy chào em: "Cô giáo đi dạy về". Và đôi khi còn mời vào nhà chơi. Anh thấy bà ấy có vừa đôi với anh Tuyên không?

Người chồng vẫn nói giọng nửa đùa nửa thật:

– Xừ Tuyên thì với ai mà chẳng xứng đôi. Hắn đang ở cái tuổi vừa hợp với con nít mười sáu mà cũng có thể tương xứng với bà già bốn chục. Vừa rồi em kể ra một lô đức tính của bà hàng xóm nhưng em còn quên một ưu điểm nữa của bả.

Người vợ hỏi:

– Anh nói còn ưu điểm gì?

Người chồng giơ bốn ngón tay:

– Bốn con. Xừ Tuyên đỡ phải nuôi vợ đẻ. Đúng với bản tính lười biếng của hắn.

Người vợ trầm giọng:

– Em nghĩ bốn con nhưng bà ấy trông như chỉ một con. Còn tươi thắm lắm mà anh, đâu có già.

Người chồng vẫn vuốt ve vợ:

– Anh đâu có nói bà ấy già. Anh nói bốn con là anh thấy tiện lợi cho xừ Tuyên thật đó chứ. Nuôi vợ đẻ mệt lắm.

Người vợ quay sang trách chồng:

– Chắc anh sợ phải nuôi em đẻ nên anh lười làm em có bầu phải không?

Người chồng xiết tay ôm chặt lấy vợ:

– Chính em lười mang bầu thì có.

Hai vợ chồng chợt khựng buồn. Không con cái là ám ảnh lớn nhất trong gia đình này.

Hai vợ chồng lấy nhau đã bẩy năm nhưng chưa một lần người vợ được mặc chiếc áo choàng trắng bên ngoài áo dài, thứ áo mà người ta vẫn gọi đùa là "áo đình chiến". Chiếc áo đã may sẵn từ hồi mới cưới đến nay vẫn còn bị xếp trong tủ. Người vợ có vài lần lấy ra ướm thử nhưng rồi lại thở dài xếp lại cất đi.

Hai vợ chồng cũng đã đi tìm đủ các bác sĩ danh tiếng đến các lang y gia truyền để xin chữa chạy. Nhưng rồi ngày tháng trôi qua, căn nhà của họ vẫn chỉ đìu hiu với những người lớn. Tuyên được hai vợ chồng người bạn "bắt" về ở chung, dành riêng cho một phòng, có lẽ cũng là để căn nhà bớt vắng vẻ. Hôm xách va li tới đây, người bạn nói với Tuyên:

– Tụi tôi không có con nên nhà cửa rộng rãi, ông đến đây ở cứ việc tự nhiên coi như nhà của ông, ông muốn phá gì cũng được.

Tuyên giả bộ cự nự:

– Các người thiếu trẻ nhỏ trong nhà nên các người gọi tôi về thay thế. Các người coi tôi như… con các người hả.

Người vợ phải kêu lên:

– Anh nói gì lạ. Tụi tôi mời anh về ở chung cho vui vì anh là bạn thân với nhà tôi từ hồi nhỏ. Chúng tôi được anh đến ở là quý rồi chứ.

Tuyên vẫn giả bộ cự nự:

– Tên chồng cô hắn vừa nói là tôi đến ở để phá nhà nó mà.

Người chồng trề môi:

– Còn ai không biết tính cậu. Bừa bãi hạng nhất. Chỉ có tụi tôi mới chịu đựng nổi cậu mà thôi.

Tuyên giơ tay xác nhận:

– Như vậy là tôi có quyền phá hé. Bằng lòng như vậy phải không? Về sau cấm không được kêu ca gì đấy. Thế là Tuyên ở chung với gia đình người bạn. Tuyên cũng cảm thấy dễ chịu trong bầu không khí êm đềm ở nhà bạn. Vợ chồng người bạn có Tuyên cũng vui vẻ ra. Người chồng và Tuyên lại được dịp ngồi với nhau cãi vã về những vấn đề thời sự. Hai người đã thường cãi nhau từ hồi còn đi học. Bây giờ ở chung, họ lại có thì giờ sống lại những cuộc tranh luận như ngày cũ. Song vấn đề đưa ra cũng có vẻ người lớn hơn một chút và nhất là họ có thêm một kẻ thứ ba làm trọng tài và giàn hòa, đó là người đàn bà trong gia đình họ. Người vợ bạn đã trở nên một kẻ phán quyết trong các cuộc tranh luận của đôi bạn trai.

Và phần nhiều hai người đàn ông đều trở nên biết điều hơn, mỗi khi có người đàn bà đó tham dự vào câu chuyện. Người chồng và Tuyên, họ cãi nhau thật lâu mà không đi đến đâu, khôngh ai chịu nhận mình trái nhưng một ý kiến nào đó do người đàn bà đi ngang nói chõ vào, thế là hai người gật gù đồng ý ngay.

Người vợ đôi khi cũng trách họ:

– Các anh chỉ cãi nhau mất thời giờ mà không ai chịu xét kỹ vấn đề. Mỗi người đều bảo thủ ý kiến của mình nên không đi đến đâu cả.

Tôi thấy các anh đều trật hết. Ông thì sờ thấy chân voi. Ông thì sờ thấy tai voi. Từ nay có cãi nhau về vấn đề gì phải kêu em tới ngay.

Người chồng và Tuyên nghe nói vậy thì ngồi cười trừ. Mỗi người nhận một thứ, chân voi và tai voi.

Họ sống với nhau như vậy trong hai năm trời thật vui vẻ, vợ chồng người bạn hết sức quí mến Tuyên. Tuyên cũng rất trọng vợ chồng người bạn. Song nhiều lúc Tuyên cũng rất ái ngại về nỗi buồn không con của họ.

Có lần Tuyên đã mang về cho vợ chồng bạn một quyển sách nói về phương pháp châm cứu chữa chạy bịnh không con, Tuyên kể cho họ nghe rằng hiện có một bác sĩ người Đức đang thăm Việt Nam, ông này là một bác sĩ chuyên khoa nổi tiếng về châm cứu, Tuyên bảo vợ chồng bạn đọc quyển sách đó để hiểu qua về phương pháp châm cứu mới này và nên tìm ông bác sĩ người Đức hỏi xem sao. Sau bữa đó vợ chồng người bạn bỏ hết cả công việc cùng nhau chúi đầu vào quyển sách đọc, tra tự điển, bàn tán. Họ quên cả bữa ăn khiến Tuyên phải lắc đầu ái ngại:

– Cái gì cũng phải từ từ vừa phải thôi chứ. Mang sách về cho các cậu nghiên cứu rồi các cậu quên luôn cả bữa ăn của tôi. Đói thấy mẹ. Coi chừng nghiên cứu kỹ quá lại đẻ một thôi cả chục đứa con nuôi không xuể bây giờ.

Người vợ bạn cự nự Tuyên:

– Anh không ở hoàn cảnh chúng tôi anh không lo, anh mới rỉ rả nói đến bình tĩnh được chứ tụi tôi phải tìm cách, anh ở đấy mà nói tài.

Người chồng cũng nói:

– Phương pháp châm cứu này có vẻ hợp lý, nhưng bây giờ làm sao kiếm được vị bác sĩ đó mà chữa chạy.

Tuyên gật gù:

– Sách vở, phương pháp thì dĩ nhiên bao giờ cũng có lý. Không có lý sao bán sách được. Xừ bác sĩ đó nghe nói hiện ở Huế. Các cậu thử đi tìm ông ta xem sao.

Thế là mấy hôm sau vợ chồng người bạn bay ra Huế. Khi trở về cả hai cùng tiu nghỉu lắc đầu nói với Tuyên:

– Đã gặp ông bác sĩ đó, nhưng ông ta nói phải qua bên Đức mới có phương tiện điều trị được. Ông cũng nói bệnh có thể chữa được. Nhưng qua bển thì tiền đâu mà đi.

Tuyên thì than thở vì phải đi ăn cơm tiệm cả tuần lễ. Tuyên còn nói cho người bạn biết sự thiếu thốn người để... nói chuyện trong tuần qua. Chàng an ủi vợ chồng người bạn là sẽ kiếm bác sĩ khác.

Nhưng vấn đề đó rồi cũng được quên đi. Họ lại sống chung với nhau qua những cuộc tranh luận về thời cuộc.

Tuần này hai vợ chồng người bạn được nghỉ phép, họ

rủ Tuyên đi tắm biển.

Tuyên trở ra thấy vợ chồng người bạn đang ngồi ôm nhau. Chàng nhe răng cười ngồi xuống ghế trước mặt hỏi:

– Bộ không đi Vũng Tàu nữa à?

Người chồng trợn mắt:

– Đi chứ. Cậu thu xếp quần áo xong chưa?

Tuyên lắc đầu:

– Có gì đâu mà thu xếp.

Người chồng hỏi:

– Vậy sao vào trong đó lâu vậy?

Tuyên dựa người ra ghế:

– Tôi vào trong đó nằm… ngủ một lát.

Người vợ đứng lên vuốt tóc giục:

– Mình đi cho sớm, chần chờ mãi ông Tuyên ổng đi ngủ nữa ạ.

Tuyên cười dễ dãi:

– Thôi hết buồn ngủ rồi.

Người vợ kéo tay chồng đứng lên:

– Vậy thì mình đi anh.

Ba người lịch kịch mang đồ dùng ra xe. Tuyên chui vào ngồi nơi băng sau. Người đàn bà đứng ngoài nhòm vào nói:

– Anh ngồi trên này với nhà tôi, để tôi ngồi băng dưới cho.

Tuyên nằm sóng xoài ra ghế nói vọng ra:

– Cho hai vợ chồng ngồi với nhau mà tâm tình. Xừ kia lái xe cẩn thận một chút. Nói chuyện với vợ thì được nhưng vẫn phải coi việc lái xe là trọng.

Chiếc xe chuyển bánh. Tuyên bảo người bạn mở nhạc

nghe chơi đỡ buồn, khi ra tới xa lộ Tuyên nhổm người lên phía trước nói với vợ chồng người bạn:

– Đường xa lắm không?

Người bạn coi đồng hồ nói:

– Nếu không kẹt xe, kẹt cầu chỉ hai giờ đồng hồ ra tới nơi.

Tuyên tắc lưỡi:

– Ngồi trong xe hai giờ lâu lắm chứ ít sao. Cứ là mỏi nhừ người.

Người đàn bà lấy trong xách tay ra gói trái cây đưa xuống phía sau:

– Anh ngồi ăn lai rai cho vui.

Tuyên nhón ngón tay bốc một chùm nho ngắt ăn, chàng nói:

– Thứ này để cho người già cả hoặc con nít ăn, mình ăn thứ này phí đi…

Người đàn bà quay lại:

– Tụi mình chưa già mà cũng không có con nít, vậy mình ăn hộ những người đó.

Tuyên im lặng tránh câu nói vừa rồi của người đàn bà. Chàng nhẩn nha nhai miếng trái cây trong miệng. Người chồng vặn máy âm thanh kêu lớn. Người vợ nhăn mặt:

– Lớn quá chói tai anh. Điều chỉnh bớt đi chút.

Người chồng để nguyên như vậy thêm một lát nữa mới vặn nhỏ. Âm thanh dịu hẳn xuống. Người đàn bà đưa chiếc khăn mặt cho Tuyên lau tay. Tuyên hỏi:

– Các cậu hiểu đi nghỉ mát ngoài biển theo ý nào?

Người bạn bảo vợ châm cho mình điếu thuốc rồi nói với mọi người:

– Đi tắm biển là để nghỉ ngơi, đổi gió chứ còn ý nghĩa nào nữa.

Tuyên cười:

– Tôi phải nói thế vì tôi đã thấy nhiều người đi tắm biển nhưng không hề nghỉ ngơi và không hề xuống nước. Họ ru rú trong phòng lạnh đánh bạc hoặc là làm tình với nhau. Kết quả là sau cuộc nghỉ ngơi đó họ còn yếu hơn là lúc ở nhà.

Người bạn hỏi lại Tuyên:

– Còn cậu, cậu đi tắm biển cậu sẽ làm gì. Có xuống nước phơi nắng không?

Tuyên lắc đầu:

– Tôi có mang theo mấy quyển sách đây. Tôi định chỉ ra bờ biển ngồi đọc sách.

Người bạn gật gù:

– Có vẻ thảnh thơi và đẹp đấy.

Tuyên chợt hỏi:

– Mà tụi mình sẽ ở đâu? Khách sạn hay có nhà ở?

Người đàn bà quay lại:

– Có mượn được căn nhà của người anh tôi. Căn nhà ở trên sườn núi ở bãi giữa.

Tuyên hỏi:

– Ngoài đó có bãi giữa nữa sao? Tôi mới chỉ nghe nói bãi trước, bãi sau, bãi dâu… chứ làm gì có bãi giữa.

Người đàn bà gật đầu:

– Có chứ. Bãi giữa là mõm Ô Quắn đó, ở đó có một mỏm núi nhỏ ăn nhô ra biển. Người ta gọi là đỉnh nghinh phong. Tên bãi giữa mới được đặt ra đây thôi.

Tuyên có vẻ hài lòng:

– Có nhà thích hơn. Tôi không thích ở khách sạn. Cái không khí ở khách sạn dù bất cứ nơi nào cũng có vẻ nhơ nhớp làm sao ấy. Cả những khách sạn sang trọng nhất tôi cũng vẫn có cảm giác dơ dáy thế nào ấy. Nhất là do sự ồn ào, đi tới đi lui, kẻ ra người vô, tôi không chịu được cái không khí chợ búa như vậy.

Người đàn bà kể lể:

– Tụi tôi cũng đâu có thích ở khách sạn. Vì thế đã phải đi mượn căn nhà ở bãi giữa. Căn nhà đó đẹp lắm, ngay bờ biển, lại ở trên sườn đồi cao nhìn ra cả một vùng biển rộng. Gió thổi lồng lộng. Đêm phải đắp chăn. Mấy lần trước ra ngoài đó tôi cũng ở nhà anh ấy.

Tuyên hỏi:

– Nhà của ông Đại tá gì đó anh ruột bà phải không?

Người đàn bà gật đầu:

– Anh chị ấy thật sung sướng. Nhà ở Sài Gòn, ở Vũng Tàu, ở Đà Lạt nơi nào cũng có.

Tuyên nói:

– Những nơi nào ông ấy làm việc là có thể có nhà được chứ gì.

Người đàn bà ngập ngừng:

– Các nơi khác có không thì tôi chưa biết. Nhưng ở Sài Gòn, Đà Lạt và Vũng Tàu chắc là có.

Tuyên cười khan:

– Bấy nhiêu cũng đủ chết người rồi còn gì.

Người đàn ông quay lại Tuyên:

– Ai bảo cậu không đi làm đại tá.

Tuyên tặc lưỡi:

– Làm thế chó nào được.

Chiếc xe đã đến khúc đường hai bên là rừng, người bạn bảo Tuyên:

– Hồi trước rừng ở sát ngay bìa đường, thành ra xe chạy trên đường mà như chui dưới cây cối. Bây giờ hai bên rừng đã bị đẩy lui ra xa, thành ra con đường bớt xanh tươi, nắng trải chan hòa. Anh có biết tại sao không?

Tuyên nhìn ra ngoài xe:

– Khai quang dọc hai bên để giữ an ninh trục giao thông chứ gì.

Người bạn cười, người vợ hỏi đùa:

– Anh Tuyên mà cũng biết rành mấy chuyện chiến tranh này sao? Tôi tưởng ảnh chỉ biết những gì xảy ra trong sách vở, trong căn phòng, trong thành phố.

Tuyên vỗ vai người bạn:

– Cậu thấy vợ cậu hắn coi thường tôi chưa. Đương sự làm như tôi là người thờ ơ với cuộc chiến này lắm, tôi chẳng biết gì cả.

Người bạn gật đầu:

– Kể ra cậu biết tường tận vấn đề như vậy cũng là một điều đáng ngạc nhiên. Trông cậu ai cũng tưởng cậu là người… ngoại quốc.

Tuyên trề môi:

– Chà, cả vợ lẫn chồng tên này đều bảnh hết.

Người vợ nói ngang vô:

– Anh Tuyên là một thứ tháp ngà.

Tuyên buông xuôi tay ngồi dựa ra ghế và nhún vai tỏ vẻ chán nản. Chàng nhắm mắt:

– Tôi ngủ đây. Nói chuyện với các cậu chán thấy mẹ.

Vợ chồng người bạn ngó lại thấy Tuyên đã úp tờ báo

lên mặt, nhìn nhau cười. Người vợ ngồi sát vào gần chồng. Chiếc xe vút đi thật êm ái. Được một lát chợt Tuyên gạt tờ báo ra nhỏm dậy nói vọng lên:

– Ê, thật các cậu thấy tôi có vẻ tháp ngà chứ?

Hai vợ chồng người bạn cùng liếc nhìn lại phía sau. Người chồng cười lớn:

– Cha này từ nãy đến giờ đâu có ngủ. Chàng bị ray rứt về điều gì đó.

Người vợ cũng nói xuống:

– Anh không tháp ngà nhưng có vẻ vắng mặt ở đây.

Tuyên thở dài ngả lưng ra ghế.

– Lạ nhỉ.

Người đàn ông lại cười thành tiếng:

– Đó, cậu có nhận là đúng không?

Tuyên tỏ vẻ lo âu:

– Làm sao tôi biết được tôi.

Hai vợ chồng người bạn lại cười hí hí với nhau. Tuyên bực mình dậm chân xuống sàn xe:

– Các cậu cho tôi xuống đây.

Hai vợ chồng người bạn ngạc nhiên quay lại, Tuyên với tay cầm lấy chiếc cặp:

– Ngừng xe lại cho tôi xuống. Tôi muốn trở lại. Tôi đón xe về Sài Gòn có việc cần.

Người bạn vẫn cho xe chạy nhanh nói lại:

– Đừng có khùng. Đi hơn nửa đường rồi quay lại gì nổi. Ngồi yên đó.

Tuyên đấm thùm thụp vào đệm xe:

– Ngừng lại đi. Cho tôi xuống mà.

Người đàn bà quay hẳn người lại phía sau, khoanh tay

tựa trên lưng ghế, nàng chậm rãi hỏi Tuyên.

– Anh phiền tụi tôi chuyện vừa rồi hả?

Tuyên gượng cười lắc đầu:

– Không phải thế, tôi sực nhớ có chuyện cần ở Sài Gòn. Tôi có hẹn với... một cô bạn gái chiều nay. Tôi phải trở lại.

Người đàn bà nhìn Tuyên thật lâu như dò xét, nàng chợt cười tươi:

– Lạ nhỉ? Từ hồi nào đến giờ không thấy anh Tuyên nói đến chuyện hẹn hò. Hôm nay tự nhiên người biết... sáng tác.

Tuyên ngượng ngập:

– Có hẹn thật mà. Cô...

Người đàn bà hỏi dồn:

– Cô nào? Anh hẹn gặp cô nào?

Tuyên lúng túng thật sự, chàng đáp bừa:

– Cô Oanh. Ờ tôi có hẹn với cô Oanh chiều nay.

Người đàn bà cười chúm chím:

– Sao anh nói cô Oanh đã thông báo rằng cô ấy rút lui rồi.

Tuyên quay nhìn ra cửa xe:

– Chiều nay chúng tôi hẹn gặp nhau lần cuối cùng.

Người đàn bà dịu giọng:

– Gặp để giã từ luôn?

Tuyên gật đầu hăng hái:

– Tôi năn nỉ với cô ấy như vậy. Gặp nhau một lần cuối. Rồi thôi.

Người đàn bà vẫn với một nụ cười hóm hỉnh:

– Buồn quá anh nhỉ. Nghe anh tả tôi cũng thấy xúc

động. Anh có mủi lòng không.

Tuyên lại ngả lưng đánh "phịch" ra ghế dựa:

– Buồn chứ. Tôi dự định sẽ xin lỗi cô ấy vì đã làm cho cô ấy buồn. Tôi sẽ cám ơn cô ấy đã cho tôi những kỷ niệm thật đẹp trong thời gian qua. Tôi sẽ chúc cô ấy tìm thấy hạnh phúc mới. Tô sẽ nói cho cô ấy biết rằng tình yêu cũng sẽ vẫn còn đó mặc dù hai người không có mặt trước nhau. Tôi nghĩ rằng cuộc gặp gỡ sẽ buồn lắm và vì thế tôi phải về.

Người chồng vẫn lẳng lặng chăm chú lái xe, người đàn bà tiếp tục câu chuyện với Tuyên:

– Anh yêu cô ấy lâu chưa.

Tuyên bóp trán đáp lại:

– Hơn một năm gì đó.

Người đàn bà lại hỏi:

– Tại sao hai người lại thôi nhau?

Tuyên ấp úng:

– Tại tôi.

Người đàn bà bật cười:

– Tại anh? Nhưng anh làm sao chứ?

Tuyên nói nhanh:

– Tại tôi cờ bạc, rược chè, trai gái, nghiện hút....

Người chồng đang lái xe cùng phải bật cười khan, người vợ ngạc nhiên hỏi:

– Anh đâu có những thứ đó. Anh đâu rượu chè, cờ bạc, trai gái, nghiện hút bao giờ.

Tuyên vung tay.

– Thì tôi nói ra.

Người đàn bà cáu kỉnh:

– Ai bảo anh nói ra.

Tuyên mệt mỏi:

– Không ai bảo ai cả. Tự tôi nói thế.

Người đàn bà kêu trời rồi tức tối:

– Như vậy là làm sao?

Tuyên ngây ngô:

– Tôi cũng chẳng hiểu tại sao.

Người đàn bà hết chịu nổi:

– Anh nói anh làm cả những điều anh không hiểu tại sao à?

Tuyên phân bua:

– Lúc nói vậy tôi không hiểu tại sao nhưng về sau này tôi đã có phần yên tâm. Tôi làm cho mình yên tâm bằng cách tôi tập thành nghiền những thứ đó.

Người đàn bà lay lay vai chồng:

– Anh. Anh nghe anh Tuyên nói gì không? Anh nói đang tập nghiền đó. Anh có biết việc làm của anh Tuyên không?

Người chồng cũng liếc lại nhìn Tuyên tỏ vẻ chú ý:

– Có thể lắm. Cậu đang bắt đầu với môn nào?

Tuyên khoa tay trước mặt:

– Tất cả, bắt đầu tập tành tất cả.

Người đàn ông buột miệng:

– Xạo! Cha này nói xạo.

Quay sang vợ, người chồng tiếp:

– Em đừng có nghe lời anh ấy. Em đừng có xúc động, xừ ấy muốn bi đát hóa cuộc đời.

Người đàn bà vẫn ái ngại nhìn Tuyên:

– Mà anh tự hành hạ anh làm gì vậy?

Tuyên búng tay:

– Vì yêu.

Người đàn bà không nhịn được cười:

– Vì yêu nên tìm cách phá vỡ tình yêu? Đang tự dưng, tự lành anh đi làm xáo trộn hết thảy. Tình yêu của hai người đang phây phây tiến tới thì anh tự chặn lại, anh bịa đặt ra đủ thứ để lường gạt người con gái đó, xong anh lại tự lường gạt anh. Nếu anh tập tánh đam mê những thứ anh vừa nói chính là anh đã tự lường gạt anh đó. Thật là xấu hổ khi chính mình phải tự lường gạt mình.

Tuyên nhe răng cười hỏi người bạn:

– Ê! Vợ cậu dạy môn gì ở trường?

Người chồng nói:

– Người dạy toán.

– Vậy mà tôi cứ ngỡ người dạy môn công dân giáo dục chứ.

Người đàn bà quay xuống sừng sộ:

– Ê! Đừng có ngạo tôi nghe.

Tuyên cười thích thú:

– Tôi chẳng vừa bị bà lên lớp là gì. Bà vừa đi một đường dạy dỗ công dân giáo dục hơi kỹ đó thôi. Người có khiếu như vậy mà đi dạy toán thật uổng. Trường sư phạm không biết xử dụng khả năng thiên phú của bà.

Người đàn bà nói lớn:

– Anh đừng có lờ vấn đề. Anh khôn lắm. Đang nói chuyện của anh, anh lại xía sang chuyện của tôi. Bây giờ anh nghe tôi hỏi đây, anh có thương cô Oanh không? Trả lời đi.

Tuyên vỗ vai người bạn:

– Tôi lại vừa khám phá thêm một sự lạ. Vợ cậu còn có tài thẩm vấn.

Người đàn bà cũng không vừa:

– Ừ đó. Vậy anh trả lời đi.

Tuyên ỡm ờ:

– Trả lời gì?

Người đàn bà thở dài kiên nhẫn nhắc lại:

– Anh có yêu cô Oanh không?

Tuyên hỏi lại:

– Mà yêu là gì đã chứ? Tôi vẫn chưa hiểu được tình yêu là gì. Bằng này tuổi đầu mà tôi vẫn chưa hiểu được. Bà phải định nghĩa cho tôi hiểu quan niệm về tình yêu theo bà phải như thế nào, tôi mới trả lời được chứ.

Người chồng lái xe phát cười sặc sụa. Người vợ cố gắng:

– Thế anh chưa yêu đương ai bao giờ sao?

Tuyên vẫn tỉnh khô:

– Tôi đã nói tôi chưa hiểu được tiếng đó mà.

Người đàn bà gật đầu:

– Vậy thì tôi hỏi lại, bộ anh chưa có bạn gái, chưa có bồ, chưa có nhân tình bao giờ sao?

Tuyên phản đối:

– Những thứ đó thì có. Có nhiều. Nhưng không phải là tình yêu. Tôi muốn hiểu tình yêu là gì cơ.

Người đàn bà thấp giọng:

– Được rồi. Anh muốn tôi nói tình yêu là gì, anh mới chịu trả lời có yêu cô Oanh không phải không.

Vậy tôi hỏi câu khác, anh đối với cô ấy thế nào, anh nghĩ sao về cô ấy.

Tuyên suy nghĩ rồi nói:

– Tôi thấy quyến luyến khi nghĩ tới, tôi thấy nhớ nhung khi xa, tôi thấy mình rạo rực khi đứng trước mặt. Và tôi thấy ân hận khi nghĩ rằng cô ấy sẽ khổ nếu cô ấy yêu tôi.

Người đàn bà gật gù:

– Như thế là yêu rồi đó.

Quay sang chồng, người đàn bà hỏi:

– Phải không anh?

Người đàn ông chối:

– Anh đâu biết. Chuyện của ông Tuyên anh chịu không hiểu được. Ông ấy rắc rối thấy mẹ.

Người vợ dụi đầu vào vai chồng:

– Em hỏi anh những dấu hiệu anh Tuyên vừa kể chính là dấu hiệu của tình yêu chứ gì. Ngày xưa khi yêu em, anh cũng như thế phải không?

Người chồng cười khan:

– Em ngây thơ quá. Em phải hỏi và bắt ông ấy thành thực trả lời xem là những dấu hiệu ông ấy vừa nói ra đó là những sự thực phát xuất tự đáy lòng hay chỉ là những điều ông ấy sáng tạo ra. Em đã thấy ông Tuyên đã từng bịa ra chuyện ông ấy rượu chè, cờ bạc, trai gái, nghiện hút. Người ta bịa ra được chuyện này thì người ta cũng có thể bịa ra nhiều chuyện khác.

Người vợ hoang mang "ờ há" rồi nàng quay lại Tuyên dằn giọng:

– Vậy anh vừa nói thật hay nói láo?

Tuyên thề:

– Tôi chưa bao giờ nói láo.

Người đàn bà cười rũ rượi:

– Anh liều thật. Như vậy mà anh còn dám quả quyết là chưa bao giờ nói láo. Anh dám bịa cả chuyện nghiện hút để xí gạt cô Oanh mà anh vẫn cho anh thành thực.

Tuyên hăng hái:

– Tôi bịa hồi nào? Bằng chứng là tôi đang có những thứ đó. Tôi vẫn hút, vẫn đành bài, vẫn uống rượu, vẫn trai gái.

Người đàn bà đấm thùm thụp vào thành ghế:

– Hành động đó là hành động đi sau lời nói. Hành động điều chỉnh để hợp thức hóa một lời đã nói láo. Anh có ngụy biện thế nào đi nữa thì anh cũng đã nói láo rồi. Anh không thành thực với cô Oanh anh không thực với tình yêu. Anh là kẻ không chung tình.

Tuyên cãi ngay:

– Không chung tình sao bây giờ tôi vẫn yêu cô Oanh. Mà còn yêu hơn lúc trước nữa.

Người đàn bà bĩu môi:

– Dóc tổ! Yêu mà lại xí gạt cho người ta rút lui, bịa chuyện cho người ta xa mình.

Tuyên cúi mặt như nói một mình:

– Xa nhưng mà yêu còn hơn là gần nhau mà hững hờ. Thôi nhau nhưng nhớ mãi còn hơn là tiếp tục trong sự nhàm chán. Tình yêu là vô cùng khó khăn và bí hiểm. Vợ chồng bạn thì biết gì về tình yêu.

Người đàn bà lại trề môi:

– Anh làm như là thầy người ta vậy. Vợ chồng tôi yêu nhau thế này từ bao lâu nay, anh lại chê là chúng tôi chưa biết gì về tình yêu. Vậy thứ tình yêu mà anh quan niệm chắc là thứ tình ở trên trời.

Tuyên vẫn cúi đầu:

– Hoặc là dưới... hỏa ngục.

Người đàn bà liến thoắng tiếp:

– Và cả hai nơi đó đều không được chấp nhận đối với con người. Thế là anh đi lạc đường. Anh lạc đường kéo theo cô ấy đi lạc luôn, mà mỗi người lại lạc một phương. Phải chi anh và cô ấy cùng lạc vào một chốn nào đó thì lại đẹp và sung sướng. Tôi kết luận một lần nữa, anh Tuyên, anh không hề yêu cô ấy bao giờ.

Tuyên lắc đầu:

– Bậy. Chị nói không đúng đâu. Tôi yêu thì tôi phải biết chứ. Tôi yêu cô ấy và tôi hiện chỉ yêu một mình cô ấy thôi.

Xe đã tới thị xã Phước Tuy, Tuyên ngó ra dậm chân kêu:

– Chết tôi rồi sao ông bà tán chuyện làm tôi quên cả đòi xuống.

Người bạn trai chỉ ra ngoài đường:

– Còn hơn hai chục cây số nữa mới đến Vũng Tàu. Đây là thị xã Phước Tuy.

Tuyên nhổm người lên:

– Vậy thì cho tôi xuống đây cũng được. Tôi phải đón xe về Sài Gòn cho kịp.

Người đàn bà nói với Tuyên:

– Tôi còn thảo luận với anh nhiều về những vấn đề tình yêu. Anh chưa lý luận cho xuôi về những việc làm của anh.

Tuyên tư lự nhìn ra cửa kính. Người bạn cho xe chạy chầm chậm rồi ngừng lại bên lề phố. Anh quay lại nói với vợ:

– Thôi, nếu vậy em đi nghỉ mát một mình trước. Anh quay xe trở lại đưa anh Tuyên về.

Tuyên giẫy nẩy:

– Thôi tôi xuống đi xe đò cũng được. Ông bà đi ra ngoài đó trước, mai tôi sẽ trở ra lại.

Người đàn ông nhất định:

– Tôi không chịu như vậy. Tôi đưa ông đi thì tôi cũng phải đưa ông về. Em xuống đón xe lam ra ngoài Cấp được chứ?

Người vợ hiểu ý chồng:

– Được mà anh. Anh đưa anh Tuyên về Sài Gòn rồi ra ngay với em nghe. Em ở một mình buồn và sợ lắm.

Người bạn Tuyên gật đầu. Người đàn bà mở cửa xe. Tiếng còi xe vận tải thúc giục từ phía sau. Tuyên thấy vậy giục người bạn:

– Thì cho xe chạy đi, đậu ở đường nhỏ nghẹt lối người khác rồi.

Người bạn vẫn lừng khừng, Tuyên nói như nạt:

– Dọọt lẹ ra Vũng Tàu cho được việc, vợ chồng cậu là gớm lắm. Bắt bí tôi hoài. Đi luôn. Đi cả.

Người đàn bà quay lại phía Tuyên nhoẻn miệng cười:

– Vậy là anh cũng đi hé?

Tuyên dậm chân:

– Thì cũng đi chứ sao.

Người chồng nổ máy cho xe chạy, người đàn bà an ủi Tuyên:

– Anh kém sức khỏe lắm anh biết không? Chúng tôi muốn anh đi nghỉ ngơi tịnh dưỡng mấy ngày cho khỏe. Anh quên hết chuyện ở Sài Gòn đi. Anh phải sống thảnh thơi một thời gian với gió biển. Sức khỏe là quan trọng. Tình yêu cũng quan trọng nhưng quan trọng sau sức khỏe. Anh phải để ý đến sức khỏe anh chứ. Tôi muốn ra ngoài biển sống anh phải thật vui tươi và thích thú. Anh Tuyên nghe không?

Tuyên gật đầu lia lịa:

– Rồi! Rồi! Sắp ra tới nơi chưa?

Người chồng vọt xe nhanh:

– Sắp. Mười lăm phút nữa thôi.

Tuyên giục:

– Cho xe chạy nhanh lên chút.

Ngùi đàn ông nhấn thêm ga. Con đường nhựa đen bóng chạy dài giữa một cánh đồng. Đám rừng đước trải rộng hai bên, những rễ cây đen bùn nhô khỏi mặt nước. Gió biển lồng lộng. Người đàn ông nói:

– Ra đến đây đã thấy mùi gió biển rồi. Mát không?

Tuyên khoanh tay tựa trên thành ghế phía trước, chàng tì cằm lên tay mình.

– Ra tới ngoài đó tôi phải ngủ một giấc mới được.

Người bạn đùa:

– Cậu ngủ đến mười giấc cũng được, ai cấm.

Tuyên nói như reo:

– Hay lắm. Nếu vậy tôi sẽ ngủ một giấc... ngàn thu luôn.

Vợ chồng người bạn cùng như hoảng hốt:

– Nói tầm bậy. Kỳ nghỉ mát này, xin ông đừng có giở chứng đó nghe. Ông cho chúng tôi *phẻ phắng* một chút.

Tuyên bĩu môi:

– Chuyện của ai người ấy lo. Tôi muốn làm gì tôi làm. Các cậu muốn làm gì thì làm, không ai có quyền xía vào chuyện của ai cả.

Người đàn bà nhìn Tuyên dò hỏi:

– Mà anh có định… làm gì không?

Tuyên cười thật tươi:

– Làm gì là làm gì?

Người đàn bà lại hỏi:

– Anh có… buồn gì không?

Tuyên suy nghĩ rồi đáp:

– Hình như có.

Người đàn bà nhăn mặt:

– Buồn nhiều không anh Tuyên?

Tuyên hăng hái:

– Nhiều.

Người đàn bà nín bặt. Tuyên tiếp:

– Như một kẻ thất tình.

Người bạn nhắc lại:

– Tuyệt vọng?

Người đàn bà buồn buồn:

– Anh Tuyên làm tôi cũng hết muốn ra biển luôn. Hay mình quay về.

Tuyên cười lớn:

– Bà sợ ra biển tôi nhào xuống nước cho chìm luôn hả. Còn lâu. Tôi phải về lại Sài Gòn gặp cô Oanh chứ.

Người đàn bà nói như trách:

– Sao lúc này anh hay dọa ngủ luôn một giấc ngàn thu thế?

Tuyên ưu tư:

– Dọa à? Bà cho là tôi chỉ dọa à?

Người đàn bà chợt như lại bị xúc động:

– Anh dọa thì còn vui chứ anh tính làm thiệt mới là rắc rối. Chúng tôi muốn anh đi nghỉ ngơi, muốn anh lấy lại sức khỏe, muốn anh yêu đời…

Người chồng ngắt lời vợ:

– Em khéo lo vơ vẩn. Tên Tuyên này hắn lảm nhảm vậy thôi. Muốn quyết định bất cứ việc gì hắn đều hỏi anh, bàn với anh. Hắn không bao giờ tự dưng đâm đầu xuống biển đâu.

Tuyên nói như reo:

– Đúng đó. Bà đừng có lo. Ít nhất tôi cũng phải… thông báo trước cho chồng bà chứ.

Người đàn bà vẫn buồn rầu:

– Tôi vẫn lo âu thế nào ấy. Có lẽ tại nhìn sắc diện anh tôi thấy dường như có vẻ gì chán nản, khang khác, bất thường.

Người chồng vỗ về vợ:

– Sắp tới nơi rồi, em đừng lo. Ra căn nhà ở bờ biển, gió sẽ làm chúng ta vui lên.

Người đàn bà đưa ý kiến:

– Tại sao chúng ta không đến rủ cô Oanh đi biển luôn. Có cô Oanh đi cùng chắc ông Tuyên sẽ vui lắm. Để em trở về Sài Gòn lãnh phần rủ cô ấy đi cho.

Tuyên rên:

– Thôi đừng mất công trở lại. Tôi thích được ra biển ngay bây giờ. cô Oanh sẽ không chịu đi đâu. Tôi đến mời đi dạo ngay trong thành phố cô ấy còn không chịu nữa là.

Người đàn bà hỏi lại:

– Anh rủ đi chơi mà cô ấy cũng không chịu. Lạ nhỉ. Thế đâu phải là cô ấy yêu anh.

Tuyên kể tiếp:

– Lần nào cô ấy cũng tìm cách từ chối, nói là Sài Gòn kẹt xe, Sài Gòn nguy hiểm, Sài Gòn nóng bức, cô ấy đề nghị… ở nhà nói chuyện dễ chịu hơn.

Người đàn bà chợt kêu lên:

– Thôi chết! Nếu vậy cô ấy không yêu anh đâu. Cô ấy chỉ "lễ nghi" mà thôi. Chắc tại anh mê cô ấy quá nên cô ấy không nỡ nói thẳng.

Tuyên cáu kỉnh:

– Bà thì biết gì. Yêu chứ sao không. Chính cô ấy còn nói chỉ yêu tôi và không yêu ai nữa nếu tôi và cô ấy không lấy được nhau.

Người đàn ông phá lên cười:

– Chuyện tình lâm li bi đát quá.

Người vợ suỵt chồng rồi nói với Tuyên:

– Lạ nhỉ! Cả hai cùng nói với nhau là chỉ yêu nhau. Vậy mà rồi cả hai lại tìm cách thôi nhau, xa nhau. Điên thật. Cả hai cùng điên hết. Như vậy nếu chẳng may về sau này ông bà lấy nhau chắc là nhiều gay cấn lắm.

Xe vào đến thị xã. Tuyên bỏ rơi câu chuyện ghé cửa kính nhìn cảnh vật phố xá. Người đàn bà hỏi:

– Vậy là anh không định trở về Sài Gòn gặp cô Oanh nữa chứ?

Tuyên lặng thinh không nói, chiếc xe chạy dọc theo bờ biển về phía hải đăng đi ra con đường nhựa trên núi. Con đường lượn vòng vèo, nước biển vỗ vào mạn đá bắn tung tóe rũ rượi. Tuyên nhìn ra xa, thật xa, nước xanh rờn trải rộng. Chàng thở ra, hít vào thật mạnh nhiều lần. Tuyên kêu khẽ:

– Biển tốt thật. Ra đây vài ngày chắc tôi khỏe lắm.

Người bạn nói đùa:

– Thì cũng từ từ chứ làm gì mà cậu thở dữ vậy. Không khí còn nhiều, đâu có thiếu, cậu tham lam quá vỡ phổi ra bây giờ.

Người đàn bà giơ tay ra ngoài xe hứng gió cũng góp chuyện:

– Anh Tuyên lúc nào cũng bộp chộp vồ vập, nhưng lại là kẻ chóng chán nhất.

Tuyên nhìn người đàn bà và nghĩ tới Oanh. Hay là Tuyên đã vồ vập lúc đầu rồi lại thờ ơ về sau. Có thể vì thế mà người con gái đã không còn yêu Tuyên như đã yêu lúc mới gặp. Sự thay đổi này có thể làm cho một sự khác thay đổi theo.

Tuyên nói:

– Lần này tôi sẽ vồ vập lấy biển thật lâu. Lúc sau cũng như trước.

Người bạn quẹo lộn một lối dốc nói:

– Trước sao sau vậy.

Căn nhà còn nguyên cái mới mẻ của nó, giống như cái mới mẻ của khu vườn núi này: Khắp một giải sườn núi, toàn những ngôi nhà mới. Những tảng đá xếp chồng lên nhau làm thành bức tường giữ cho đất đá khỏi trút xuống phía sau lưng căn nhà còn mới như vừa được đập bể. Có nhiều khoảng tường còn dở dang, con dốc tráng xi măng từ đường nhựa bò lên sân cũng như vừa mới được làm hôm nào đó. Nơi sườn đá, lối cổng vào có gắn một tấm bảng trắng nạm hàng chữ "nhà mát mé nước".

Dọc theo bờ biển Tuyên cũng đã đọc thấy nhiều tên

rất đẹp, rất kênh kiệu, rất lãng mạn trước những căn nhà mới xây cất.

Một người đàn ông từ phía nhà sau lật đật cầm xâu chìa khóa chạy lên, anh ta chào vợ chồng người bạn và Tuyên rồi mở cửa trước.

Người đàn bà hỏi han:

– Chú vẫn mạnh chứ?

Cánh cửa mở rộng, anh ta đứng sang bên nhường lối đi cho khách:

– Dạ, cũng khỏe thưa bà.

Rồi anh ta đi theo mọi người vào trong nhà. Anh bật quạt trần, mở cửa sổ, nói:

– Nhà không người ở nên phải đóng cửa cho đỡ bụi.

Người đàn bà mở cửa một căn phòng nói với Tuyên:

– Phòng này dành cho anh.

Tuyên lừng khừng gật đầu. Người đàn bà quay sang nói với anh coi nhà:

– Bấy lâu nay có ai ra ở không?

Anh ta xê xích mấy cái ghế cho ngay ngắn:

– Tuần trước có gia đình bạn của đại tá ra đây ở mấy ngày.

Người đàn bà giao hẹn:

– Chúng tôi ở đây lâu không có ai đến tranh nghe.

Anh coi nhà cười chúm chím và "dạ" nhỏ rồi hỏi:

– Thưa, ông bà đại tá trong đó vẫn mạnh?

Người đàn bà gật gù:

– Mạnh. Đại tá của anh mạnh lắm, tối qua tôi có tới đằng nhà.

Anh ta đứng ngó quanh quất:

– Ông bà sẽ dùng cơm nhà?

Người đàn bà gạt đi:

– Tụi tôi ăn cơm tiệm, anh lo nước sôi và các thứ lặt vặt trong nhà thôi.

Quay sang chồng nàng tiếp:

– Ra đây nghỉ mát anh cũng phải cho em nghỉ làm bếp chứ. Tụi mình ăn cơm tiệm được không?

Người chồng gật đầu, người đàn bà móc bóp lấy tiền đưa cho người coi nhà:

– Anh pha trà cho các ông ấy uống nghe. Mua thứ tốt đó.

Tuyên vào trong phòng chàng ngó quanh, căn phòng nhỏ nhắn, xinh xắn, trông ra biển. Tuyên gật gù. "Căn phòng trông ra biển"

Tuyên loay hoay mở cửa kính. Gió ùa vào. Người coi nhà xách chiếc cặp của Tuyên vào, anh ta góp chuyện:

– Dạ thưa mát lắm. Phòng này đêm nằm phải đắp mền. Gần sáng rét run lên được, thưa ông.

Tuyên gật gù:

– Tôi thích lắm. Anh coi nhà cho ông đại tá?

Người coi nhà gật đầu:

– Tôi trước kia ở đơn vị đi theo đại tá, bị thương được giải ngũ ổng cho về đây coi nhà.

Tuyên tò mò:

– Gia đình anh ở đây luôn?

Người coi nhà mở vòi, nước chảy ra bồn rửa mặt ào ào, anh ta khóa lại nói:

– Vợ chồng tôi và các cháu ở căn phía nhà sau kia. Nhà tôi đi bán cá ngoài chợ.

Tuyên bước trở ra phòng khách, người coi nhà đi theo, anh ta xin phép đi nấu nước trà.

Tuyên gọi to tên vợ chồng người bạn, người vợ mở cửa thò đầu ra Tuyên nói:

– Có chương trình gì không?

Người chồng đã thay quần áo, anh mặc quần đùi, điếu thuốc trên môi, bước ra phòng khách ngồi xuống ghế bành:

– Không có chương trình gì cả, tự do. Ai muốn làm gì, đi đâu tùy ý. Đúng giờ về ăn cơm.

Tuyên đứng lên:

– Vậy thì tôi đi tắm rồi ngủ. Khi nào đi ăn nhớ kêu dùm, kẻo bỏ quên tôi, đói ạ.

Người đàn bà cũng bước ra, nàng khép nép buộc lại chiếc dây lưng áo choàng:

– Anh đừng lo. Tối nay tôi sẽ chọn món canh chua cá dứa ở tiệm này ngon lắm.

Tuyên lẩm bẩm:

– Cá dứa à? Lạ nhỉ.

Rồi chàng vào phòng khóa cửa lại. Tuyên cởi quần áo, tắm. Chàng huýt sáo miệng vui vẻ. Nước lạnh xối xả xuống thân thể. Đang vùng vẫy kỳ cọ dưới những tia nước, Tuyên sực khựng lại nhớ tới Oanh. Em chẳng thể hiểu được. Anh cũng chẳng hiểu nốt. Chúng ta chỉ là những kẻ ù ù cạc cạc trước tình yêu.

Tuyên vùng vằng tắt nước lau mình bước ra. Chàng nằm xoài trên giường lắng nghe gân cốt mình dãn ra.

Một lát sau Tuyên trở dậy mặc quần áo. Ra phòng chánh Tuyên thấy vắng vợ chồng người bạn. Tuyên nghe tiếng họ cười trong phòng riêng.

Tuyên đi ra sân, chàng lên xe của bạn nổ máy. Trông thấy người đàn ông coi nhà. Tuyên vẫy lại dặn dò anh ta nói với vợ chồng người bạn rằng Tuyên sẽ trở về để cùng đi ăn cơm vào buổi chiều. Tuyên cho xe chạy xuống đường. Chàng trở vào thành phố, Tuyên chạy xe một vòng ngắm phố xá.

Ngắm chán một hồi, Tuyên lại trở ra bờ biển. Chàng đậu xe vào lề bước xuống đứng dưới hàng cây. Nắng chói chạy trên bãi cát và trên mặt nước. Tuyên thấy một chiếc lô cốt bỏ hoang.

Tuyên bước tới ngắm nghía. Chiếc lô cốt này là một thứ công sự phòng vệ duyên hải từ hồi Nhật chiếm đóng thị xã. Một mùi hôi xông ra từ trong lô cốt làm Tuyên nheo mũi.

Chàng bỏ ra xe, tiếp tục chạy trở vào thành phố. Tuyên ngừng xe trước chợ mua mấy tờ báo về đọc. Khi chàng trở ra thì bắt gặp một người con gái dắt mấy đứa nhỏ. Người con gái thấy Tuyên đứng dừng lại gọi:

– Chú Tuyên.

Tuyên hớn hở:

– Chú đã thấy Thược nhưng còn ngờ ngợ. Chị em đi đâu thế này?

Thược chỉ mấy đứa nhỏ:

– Cháu đưa mấy em cháu nghỉ học ra đây đổi gió. Cháu dẫn tụi nó đi mua đồ.

Tuyên nhìn lũ trẻ:

– Đen thui cả rồi. Các cháu ra lâu chưa?

Thược kéo tay mấy đứa em bảo chào chú Tuyên, xong Thược nói:

– Mới hôm qua à. Nhưng cả buổi sáng nay tụi nó phơi nắng ngoài bãi.

Rồi Thược cười:

– Đen thật.

Quay sang Tuyên, Thược tiếp:

– Còn chú chắc ra chưa bắt nắng. Da dẻ trông còn… trẻ đẹp lắm.

Tuyên xoa đầu một đứa nhỏ:

– Ra đây nhưng chú chịu không dám xuống biển, chỉ ngồi ở quán nhìn ra. Chú cũng vừa tới Vũng Tàu.

Thấy Thược xách trên tay lung tung đủ thứ, Tuyên hỏi:

– Mua sắm xong chưa? Có về nhà chú đưa về.

Thược reo lên:

– Hay quá. Đỡ đi xe lam và đỡ tốn hai chục. Chú cũng có ích thật. Cô cháu nói đúng. Mới gặp chú ai cũng nghĩ chú là đồ vô dụng nhưng để ý tới chú một chút thì thấy chú cũng có ích lợi một vài việc.

Tuyên bước đến mở cửa xe ném mấy tờ báo vào trong rồi đứng ra bên cho chị em Thược chui vào. Tuyên nói:

– Mày cũng học đòi cái lối ăn nói… du côn rồi đó.

Thược ngồi vào trong xe rồi còn thò đầu ra cãi:

– Sức mấy mà du côn. Cô cháu nói như vậy và cháu chỉ nói theo cô ấy mà thôi.

Tuyên đi vòng sang phía bên kia:

– Thì bắt chước du côn chứ sao?

Thược quay sang phía tay lái xe, chờ Tuyên ngồi vào nói:

– Bộ chú cũng cho là cô cháu… du côn sao?

Tuyên gật đầu:

– Du côn tất. Cả cháu cũng vậy.

Thược cười xòa:

– Bậy nhỉ. Vậy sao chú nói chú yêu cô cháu?

Tuyên nổ máy xe rồi quay sang Thược ngạc nhiên:

– Lại yêu? Cháu biết gì về tình yêu không? Nói chú nghe với.

Thược bĩu môi:

– Biết chứ sao không. Người ta đang yêu và được yêu mà lại.

Tuyên cho xe chạy, cười hiền:

– Giỏi! Lại thêm một người giỏi nữa. Rành lắm.

Thược ngồi xích sang Tuyên:

– Ừ đấy! Chú muốn nghe, lát tôi kể cho nghe.

Tuyên lắc đầu:

– Chuyện tình nhảm thấy mẹ, nghe thêm vào mụ người ra.

Thược không bằng lòng:

– Bộ chú cũng không thích nhắc lại cả chuyện cô cháu sao? Hay là chú cho cô cháu… rơi rồi.

Tuyên vọt xe nhanh:

– Bậy nào, còn nhớ tất cả. Bất cứ người đàn bà nào gọi là yêu chú, chú đều nhớ nhung.

Thược giơ tay chỉ đường về nhà mình:

– Thật bất hạnh cho cô cháu. Vậy mà không hiểu tại sao cô ấy cứ khăng khăng ôm ấp một mối tình như thế. Cô ấy nói không cần chú đến với cô ấy, dù có xa nhau nhưng miễn chú nhớ tới, nghĩ tới cô ấy là cô ấy sung sướng rồi.

Tuyên nói nhanh:

– Đúng thế, yêu là như vậy.

Thược lại bĩu môi:

– Mà chú có nghĩ tới cô cháu bao giờ không? Những lúc xa cô cháu như bây giờ chẳng hạn.

Tuyên gật đầu:

– Có chứ.

Thược cười thành tiếng:

– Nghĩ tới cô ấy cùng với các cô khác?

Tuyên vùng vằng:

– Con nhỏ này nói năng lôi thôi quá. Chỉ được bộ móc họng thôi à. Sắp về tới nhà chưa?

– Sắp. Quẹo.

Tuyên tiếp:

– Này cháu, cho chú hỏi, đàn bà con gái ai cũng có cái thói đó sao?

Thược không hiểu:

– Chú nói thói gì?

Tuyên đậu xe bên lề đường theo hiệu tay của Thược:

– Đến rồi hả? Thói xấu móc họng người ta đó.

Thược mở cửa bước xuống, nàng dắt tay mấy đứa em xuống xe:

– Không! Không phải tất cả đàn bà con gái đều như thế đâu. Chỉ những đàn bà con gái gặp chú. Gặp chú nói chuyện với chú ai cũng phải móc họng chú như vậy. Mời chú vào nhà.

Tuyên bước theo mấy chị em Thược. Căn phòng nhỏ nhắn là một phần của dãy nhà ngang. Thược mở cửa giới thiệu:

– Đây nơi cư ngụ của người đẹp.

Tuyên bước vào. Một người con gái cầm quyển sách trên tay đứng lên chào Tuyên, Thược nói:

– Chú nhớ ai không? Con nhỏ Lan bạn cháu đó. Hôm chú đưa tụi cháu đi ăn nghêu tại đường Nguyễn tri Phương cũng có nó đi. Lan là đứa không nói một tiếng trong dịp đó.

Tuyên gật đầu:

– Đúng! Nhớ rồi.

Quay sang Lan, Tuyên gợi chuyện:

– Không đi phố cũng không đi biển sao cô bé?

Người con gái tên Lan chỉ e lệ lắc đầu. Thược kéo ghế mời Tuyên ngồi:

– Chú thấy không, hỏi nó cũng chỉ gật hoặc lắc đầu. Nó mệt không nói được một tiếng. Mệt hay lười biếng cũng vậy.

Tuyên ngồi xuống chiếc ghế nhỏ thấp lè tè, thứ ghế của trẻ nhỏ trong nhà. Thược nhìn Tuyên lúng túng cười:

– Nhà không có bàn ghế gì cả. Mấy cái ghế nhỏ này là của một cây si nhà banh viện trợ. Hình như ghế đóng bằng thùng đạn. Chú ngồi đỡ.

Tuyên ngó quanh gian nhà:

– Hai chị em thuê?

Lan cười vui:

– Thưa chú nhà này chúng cháu mượn chứ không phải mướn. Chú nhìn ra phía bên kia coi, đó là văn phòng làm việc, dẫy nhà ngang này chia cho các nhân viên mỗi gia đình một phòng.

Tuyên hỏi:

– Mỗi gia đình người ta mới có một phòng, các cô chưa chồng con gì cũng chiếm một phòng. Lại phe đảng rồi hả?

Thược cười lên thinh thích, Lan đứng dựa bên bạn ôm quyển sách trên ngực. Tuyên hỏi:

– Đọc sách gì đó cô bé?

Lan đưa quyển sách lên ngó xuống nhìn rồi lật phía bìa giơ ra cho Tuyên coi. Tuyên nhẩm đọc rồi nói:

– Cô bé cũng vẫn không nói. Đọc sách nuôi dạy trẻ? Tính lấy chồng chăng?

Thược chen vào câu chuyện:

– Con nhỏ này nó đọc đủ thứ hết. Nàng hồi này nghiên cứu về trẻ con. Có lẽ chú nói đúng, nó sửa soạn lấy chồng.

Lan nghe nói chỉ hồng đôi má, Thược tiếp:

– Nàng là người con gái có mối tình… câm. Nàng không nói ra làm sao người yêu nàng được khích lệ xông vào.

Tuyên quay sang Thược:

– Còn cháu, lúc ở trên xe cháu khoe đang yêu. Vậy là cháu có khuyến khích chàng xung phong?

Thược gật đầu:

– Cháu sắp lấy chồng rồi. Sống quanh quẩn mãi với lũ cá cháu chán ngấy. Chú thử nghĩ coi, suốt ngày phải nghĩ tới cá. Cá trong giấy tờ, cá trong hồ nuôi giống… lúc nào cũng cá, đến nỗi cháu sợ cá luôn.

Bữa cơm mà có cá là cháu hết muốn ăn. Không hiểu sao trước đây cháu lại theo học ngành này.

Tuyên hỏi:

– Chán cá rồi cháu định lấy chồng thế vào cá sao? Thằng nào lấy cháu nó biết được điều đó chắc nó buồn lắm.

Thược phân bua thêm:

– Chú thử nghĩ coi, ảnh hưởng nghề nghiệp nó ám ảnh cháu đến nỗi cả khi đi ăn cơm khách nếu có món cá trên bàn ăn là cháu nghĩ ngay đến phân loại nó, thuộc giống nào, lớp nào, đặc tính của nó, món ăn nó ưa thích, vùng biển nó ưa sống, phân chất nó ra sẽ được những gì v.v… Sau khi làm một phát ôn bài vở như vậy trong đầu, đĩa cá trên bàn sẽ chỉ còn là một thứ cá ở phòng thí nghiệm, bố ai dám ăn.

Tuyên duỗi hai chân ra phía trước cho bớt mỏi:

– Vậy thì tối nay chú mời cháu đi ăn cơm, có vợ chồng người bạn nữa, chú sẽ kêu toàn món cá cho cháu ăn.

Thược giãy nẩy:

– Không chịu đâu. Cá là cháu không có ăn.

Tuyên hỏi:

– Ở biển mà không ăn cá còn ăn gì nữa?

Thược vùng vằng:

– Ăn gì cũng được, muối mè, đậu phụng cũng được miễn là đừng có cá.

Tuyên cười thích thú. Lan lên tiếng:

– Chú đi nghỉ mát với bạn bè?

Thược chuyển câu sang Lan:

– Cóc mở miệng.

Tuyên nhìn Lan:

– Chú đi với vợ chồng người bạn, ở căn nhà ngoài ô quăn đó.

Lan thè lưỡi:

– Khu đó toàn là nhà các ông bự. Chú cũng đã vô được giai cấp đó rồi sao?

Tuyên nhìn Lan phân trần:

– Đâu có, chú đi ké trong chuyến nghỉ mát này cùng vợ chồng người bạn. Họ chở chú đến đây, họ mượn nhà cửa cho chú ở. Chú như một đứa trẻ nhút nhát, như một người con gái… e lệ. Ai bảo sao nghe vậy, đưa đi đâu thì đi, đứng ngồi nhất nhất đều chỉ làm theo người khác.

Quay sang Thược, Tuyên tiếp:

– Trong tình yêu cũng vậy.

Thược đang lúi húi thay quần áo cho mấy đứa em ở góc phòng quay phắt lại bĩu môi:

– Với ái tình mà chú lại là kẻ thụ động. Cháu thấy chú còn thiếu điều chụp giựt nữa là khác.

Tuyên cau mặt:

– Nói láo, cháu về hỏi lại bà cô cháu mà coi xem ai tán ai, cháu hỏi xem vụ chú và bà ấy ai chủ động, ai làm tới.

Thược bênh người vắng mặt:

– Chú nói vậy là có ý đổ lỗi cho cô cháu dụ khị chú sao?

Tuyên giảng giải:

– Dụ khị trong trường hợp này đâu phải là lỗi. Chú ca ngợi cô cháu thì có, cô ấy đã can đảm dụ khị người mà cô ấy yêu.

Thược xấu hổ:

– Chú đừng nói oan cho cô tôi. Cô tôi thành thực cởi mở với chú mà chú lại còn được nói. Chú có biết cái vẻ lừng khừng của chú là một cái lừng khừng hại người không? Cô tôi mê chú về cái lối lừng khừng đó. Chú là một kẻ lừng khừng nguy hiểm.

Tôi sợ chính tôi đây có ngày cũng dám dại dột như cô tôi lắm.

Tuyên quắc mắt:

– Đừng có vu cáo xàm nghe bạn. Bạn là con nít đừng có học đòi.

Thược cười:

– Nói giỡn vậy chứ còn lâu chú ơi. Tôi không ngu như cô tôi đâu.

Tuyên đành phì cười nhìn Thược:

– Khôn! Khôn lắm.

Thược thay quần áo cho lũ em xong trở ra đứng trước mặt Tuyên. Cô bé thọc tay túi quần theo một thế đứng như nghinh với người trước mặt, Thược lâng lâng nhìn Tuyên.

Tuyên móc thuốc châm hút, Thược cũng móc bao thuốc đầu lọc trong túi quần ra gắn một điếu trên môi. Cô bé định quẹt diêm thì Tuyên đã nhoài người tới mồi thuốc cho Thược. Thược nhả khói nói tỉnh bơ:

– Merci chú.

Tuyên nhìn cái kiểu lóng ngóng của Thược biết ngay là cô bé muốn học đòi làm người lớn, muốn tỏ ra mình cũng đã tự do muốn làm gì thì làm.

Tuyên hỏi:

– Học đòi thói du côn đó từ bao giờ thế?

Thược tiếp tục nhả khói, cô bé chỉ hút tí một rồi nhả ra ngay. Tuyên không nín được cười. Thược buông thõng:

– Từ lâu rồi. Cháu cũng đã ghiền, bỏ không được.

Tuyên làm ra vẻ tin:

– Thế hả? Mà coi chừng kẻo sặc khói nghe cháu.

Thược bĩu môi:

– Tôi còn thở ra đằng… mũi được cơ. Chú đừng có coi thường tôi. Để tôi thở ra đằng mũi cho chú coi.

Nói là làm. Tuyên chịu không nhịn được cười khi thấy khói tuôn ra từ lỗ mũi cô bé.

Tuyên xua tay:

– Giỏi rồi. Thôi đừng biểu diễn nữa cô bé. Cô có biết rằng đàn bà con gái hút thuốc đã là khó coi rồi, mà lại hút thuốc thở khói ra mũi nó tục như thế nào không?

Thược nghệt mặt một lát rồi mới nói:

– Tôi công nhận làm như thế là tục. Không đẹp tí nào nhưng tôi phải biểu diễn cho chú coi để chú khỏi nghĩ rằng tôi... ngu.

Lan ngồi yên từ nãy chợt bật nói:

– Không biết những trò đó mà là ngu sao? Như vậy chẳng hóa ra Lan ngu.

Thược chua ngoa:

– Lan thì khỏi bàn tới. Lan ngu là cái chắc.

Cô gái đành cười trừ, Thược quay sang Tuyên:

– Bây giờ tính sao? Chú muốn tôi đưa chú đi xem thắng cảnh ở đây không?

Tuyên coi đồng hồ ngần ngại:

– Đã muộn chưa? Chú còn phải về nhà đón vợ chồng người bạn đi ăn cơm. Xe này của họ.

Thược lùi ra xa, một tay vẫn thọc trong túi quần, một tay vẫn đỏng đảnh cầm điếu thuốc, cô bé nghiêng đầu nhìn Tuyên:

– Chà, lên dữ hé! Tôi chưa hề phải rủ ai cả. Toàn là người ta năn nỉ tôi mà tôi còn không đi, còn làm khó họ.

Bây giờ tôi rủ chú, chú lại từ chối làm khó tôi. Tôi nói cho chú biết nghe, tôi không phải là... đồ bỏ đâu.

Tuyên lại phải phân bua:

– Chú đâu có ý đó. Chú chỉ lưu ý về vấn đề vợ chồng người bạn chú chờ xe thôi. Chú cũng muốn đưa cháu đi dạo. Chú đâu có… chê.

Thược sấn sổ:

– Không chê? Chú muốn đi chơi với cháu thì khi nghe cháu đề nghị chú phải vồ vập, phải mừng rỡ, phải xoắn xuýt o bế cháu, phải vồn vã đứng lên cầm tay cháu kéo ra xe ngay. Chú phải tỏ ra sung sướng đi chơi chung với cháu chứ. Đằng này chú chỉ ngồi ỳ ra đó rồi còn lừng khừng từ chối.

Tuyên đứng lên:

– Đi thì đi. Từ từ rồi đâu vào đấy, cháu làm như chạy giặc sao được. Đi chơi phải khoan thai mới thú.

Thược ngồi xuống chiếc ghế nhỏ:

– Tôi không đi với chú nữa. Chú làm như miễn cưỡng đi với tôi vậy.

Tuyên cầm tay Thược kéo đứng lên. Thược giật tay ra vùng vằng:

– Chú đi đi. Tôi ở nhà.

Tuyên lại kéo tay Thược một lần nữa dỗ dành:

– Thôi mà. Làm ơn đưa chú đi chơi. Lần đầu ra ngoài này chú đâu có biết đường, biết xá.

Thược vẫn rị người lại không cho Tuyên kéo đi:

– Chú không biết mặc xác chú. Thì chú cứ ra bờ biển mà ngồi, mà nhìn. Nếu buồn chú cứ nhảy phăng xuống bơi ra xa. Cho đến khi nào chìm luôn xuống mất tiêu, đỡ vướng mắc.

Tuyên vỗ về cô bé:

– Thôi đừng giận nữa mà cô bé. Cô bé nhớ cô là cháu

tôi. Cô phải kêu tôi là chú. Tôi phải kêu cô là cháu. Cô bé là phận dưới.

Tôi đối xử với cô bé như kẻ bề trên, cô bé bắt tôi phải o bế, dỗ dành, quị lụy, năn nỉ như mấy thằng cha bạn trai của cô sao được. Thấy không. Ra xe đi dạo với chú.

Thược ngẫm nghĩ rồi lững thững bước ra cửa. Tuyên nói:

– Cả Lan và mấy đứa nhỏ đi luôn nữa chứ. Đi chơi rồi ăn cơm luôn.

Thược đứng lại ở ngoài sân quắc mắt với Tuyên:

– Lan nó không bao giờ đi chơi cả. Nó còn nghiên cứu về nghệ thuật nuôi con nít. Mấy đứa em cháu nó đi từ sáng đến giờ mệt rồi, cho chúng nó ở nhà nghỉ. Tôi với chú đi thôi.

Tuyên còn lừng khừng, Thược trở vào cầm tay Tuyên lôi đi xềnh xệch. Tuyên mặc cho Thược nóng giận. Khi lên xe rồi, Thược mới nhoẻn nụ cười:

– Thôi bây giờ tôi với chú tự do. Chú nên tươi tươi lên một chút. Mình làm một vòng bãi biển nghe chú.

Tuyên nổ máy. Chiếc xe chạy ra đường. Tuyên lái vòng ra bờ biển đi về hướng bãi dâu. Tuyên nói:

– Cảnh đẹp nhỉ.

Thược ngó sang:

– Chú thấy đẹp à?

Tuyên gật đầu. Thược vén những sợi tóc xòa nơi mặt:

– Cháu thì không biết nó có đẹp không, có lẽ tại quen quá rồi cháu chỉ thấy ở đây mát. Nhưng những hôm về Sài Gòn chui vào căn nhà hẹp mới thấy ở đây mát. Một chỗ hai năm trời mình có quen với những khung cảnh đó, tình cảm nhòa đi vì sự quen thuộc. Vợ chồng cãi nhau vì họ ở chung với nhau lâu.

Tuyên gật đầu:

– Cháu đã tiến bộ thực. Chú cũng sợ cái cảnh quen thuộc đó.

Thược tâm sự:

– Vậy mà cháu sắp bước vào. Cháu đã quyết định chấp nhận một cuộc sống chung như vậy.

Tuyên hỏi:

– Ai đó?

Thược đưa tay lên miệng suỵt:

– Chú đừng có hỏi. Để từ từ rồi cháu nói. Anh ấy ở trong quân đội, anh ấy thỉnh thoảng có được nghỉ phép là ra đây thăm cháu liền. Lịch sự. Hiểu biết nhiều và đẹp trai.

Tuyên liếc sang Thược:

– Như vậy được rồi. Cháu bằng lòng là phải.

Thược tiết lộ:

– Đám hỏi từ hai tuần trước.

Tuyên lại gật đầu:

– Tốt. Nên làm đám cưới ngay đi.

Thược nhìn Tuyên dò hỏi:

– Sao chú có vẻ sốt sắng quá vậy? Chú nói thật đó sao?

Tuyên đậu xe vào một bãi cỏ, chàng mở cửa cho gió lùa vào xe:

– Thì mừng chứ sao. Người như cháu vừa mô tả kể là đã hiếm. Chú nghĩ nên tác thành cho rồi.

Thược nhảy xuống xe chạy tung tăng xuống bãi cát. Cô bé trèo lên một gộp đá đưa tay vẫy vẫy Tuyên:

– Chú xuống đây.

Tuyên xuống xe men theo về phía Thược.

Tuyên lại nói:

– Mát nhỉ.

Thược cáu kỉnh:

– Mát. Chú chỉ nói được một câu đó thôi sao? Mát. Đẹp. Nói hoài. Tôi muốn biết chú có thành thực khi khuyên tôi lấy chồng?

Tuyên lảng sang chuyện khác:

– Chú đố cháu thành phố này có bao nhiêu lô cốt bỏ hoang?

Thược vùng vằng:

– Chú không dám nói đến vấn đề vừa rồi hả. Chú lờ đi không à. Tôi không biết thành phố này có bao nhiêu lô cốt bỏ hoang. Tôi chỉ biết là nhiều lắm.

Tuyên chỉ một cái trên mỏm núi:

– Chú tưởng tượng đó là một căn nhà. Một căn nhà bỏ hoang.

Thược nhảy xuống bãi cát đứng cạnh Tuyên:

– Trong căn nhà đó chú tưởng tượng thêm là có chú và người đàn bà. Cháu muốn biết người đàn bà đó là ai?

Tuyên nói ngay:

– Cô Oanh.

Thược trố mắt nhìn Tuyên:

– Cô Oanh? Cô Oanh nào? Sao lại cô Oanh mà không là người khác. Sao lại không là cô cháu?

Tuyên cau có:

– Ừ thì cô cháu.

Thược bỏ chạy ra xe. Cô bé ngồi vào ghế rồi đóng cửa xe đánh rầm, Tuyên lững thững bước xuống mé nước.

Những làn sóng tràn lên cát đến gần chân Tuyên. Chàng chăm chú theo dõi làn nước bò dần tới chân chàng. Làn nước ngừng lại và rồi tuột xuống. Tuyên đứng chờ làn nước bò lên trở lại. Lần này con sóng mạnh hơn.

Tuyên phải lùi lại mấy bước. Làn nước cũng vừa chấm mũi giày. Tuyên lui lại thêm. Tiếng Thược réo gọi ở trên xe. Tuyên giả bộ không nghe. Thược xuống xe nhặt cục đá liệng xuống nước ngay trước mặt Tuyên. Cục đá lọt thêm xuống sâu. Tiếng động của viên đá chạm vào nước bị chìm mất trong tiếng ào ào của sóng biển. Tiếng Thược lại réo gọi. Tuyên nhìn làn nước đang tràn lên gần chân mình, chàng lùi bước trở lên. Thược nói:

– Chú chở tôi về.

Tuyên nổ máy cho xe chạy. Chàng đi vòng ngọn núi. Hai người không nói với nhau. Về tới thành phố đi trên đường dọc theo bãi trước, chợt Thược reo lên bảo Tuyên ngừng xe. Tuyên làm theo. Hai người bước xuống, Thược bước đến chỗ chiếc lô cốt hồi sáng chàng đã xem. Thược vẫy Tuyên lại:

– Đó lô cốt của chú đó.

Tuyên sực nhớ ra lời nói của Thược khi gặp trên phố, chàng chọc cô bé:

– Cái lô cốt mà cháu bảo là lỗ cống của thành phố đó.

Thược cãi:

– Chứ sao, nó là cửa cống, bao nhiêu nước trong thành phố đều chảy ra đây. Cháu bảo lô cốt của chú là vì có cô Oanh nào đó.

Tuyên nhìn kỹ công sự, thấy đúng là cái lô cốt chứ không phải ống cống như Thược nói, chàng định nói cho Thược hiểu. Nhưng Thược đã reo lên:

– Đúng rồi. Chú nói đúng. Đằng kia mới là cửa cống của thành phố. Cháu lầm.

Ngó theo tay Thược chỉ. Tuyên nhìn thấy một ụ xi măng thấp nơi bãi cát. Thược vùng vằng bỏ đi. Tuyên theo sau Thược nói:

– Nhưng dù vậy chiếc lô cốt kia vẫn là của chú. Của chú và cô Oanh nào đó. Cô tôi không có ở trong ấy. Tôi cũng không có trong ấy.

Tuyên lảng sang chuyện khác:

– Đi về chỗ chú ở nghe Thược. Nơi đó cũng đẹp lắm.

Thược gật đầu, khi lên xe rồi, Tuyên mới nói tiếp:

– Tốt hơn hết nếu có cái lô cốt bỏ hoang nào trong chú, chú chỉ nên ở một mình. Ở một mình cô đơn thật nhưng đỡ rắc rối.

Thược cự nự:

– Chú coi như cháu là kẻ gây rắc rối cho chú hả. Chú là một kẻ sớm mận tối đào. Chú yêu hết bà nọ đến cô kia, chán rồi chú nói chú muốn ở một mình. Thế còn những người chú bỏ họ sẽ ra sao. Chú có bao giờ nghĩ tới họ không?

Tuyên gật nhanh:

– Có chứ. Càng không ở gần nhau càng luôn nhớ tới nhau. Chú thấy chỉ có cách đó duy trì được tình yêu.

Thược quay sang Tuyên gằn giọng:

– Vậy sao chú xúi cháu đi lấy chồng?

Tuyên cãi:

– Chú xúi hồi nào đâu. Chú chỉ không cản ý định của cháu.

Thược vẫn cãi:

– Không cản mà lại còn khuyến khích, như thế chẳng

xúi là gì.

Tuyên chỉ cười. Thược hăng hái:

– Giả tỉ như chuyện lấy chồng của cháu chỉ là bịa. Nghĩa là chưa có bằng lòng gì hết, chưa có đám hỏi gì hết, chưa có quen người bạn trai nào hết. Cháu chỉ tưởng tượng ra để thử chú thì sao?

Tuyên nhún vai:

– Nếu cháu bịa thì cũng coi như lời khuyên của chú là bịa luôn.

Thược nói như la:

– Bịa luôn sao được. Tôi bịa được nhưng chú không được bịa về tôi, cả cuộc đời tôi chứ bộ.

Tuyên chạy xe thật nhanh, gió biển thổi vào cửa xe ào ào, nhiều lúc rít lên nghe thật sợ. Tuyên nói trong gió:

– Thôi đừng lấy thằng cha đó nữa nghe Thược, cho nó rơi luôn.

Thược cáu:

– Bỏ người ấy rồi tôi lấy ai? Yêu ai?

Vừa về đến căn nhà, Tuyên vọt xe thật nhanh quẹo lên dốc rồi thắng gấp, chiếc xe dán chặt trên sân cao. Tiếng rít lại càng làm Thược khó chịu. Bụi sỏi văng tứ tung dưới gầm xe. Tuyên mở cửa bước xuống, Thược vẫn ngồi ì trong xe. Tuyên mỉm cười đi vòng sang bên kia mở cửa, chàng cúi đầu nói như điệu bộ:

– Xin mời người đẹp xuống xe.

Thược cãi luôn:

– Chú đừng nói những tiếng cải lương đó. Chú nói một câu nào đó bình thường nhưng dịu dàng coi.

Tuyên cầm tay Thược dắt xuống nói lại:

– Cháu vào đây để chú giới thiệu với bạn chú. Vợ chồng họ đang ngồi hóng gió kìa.

Thược xuống xe mỉm cười với Tuyên. Cô bé sửa lại quần áo. Vợ chồng người bạn đang nằm dài trên hai chiếc ghế xích đu. Chân họ gác lên thềm đá. Cả hai cùng nhìn ra biển. Tuyên kéo Thược tới chỗ họ giới thiệu. Vợ chồng người bạn đứng lên chào Thược. Thược lí nhí nói trong miệng và chợt mất đi cái vẻ đanh đá, vô tình lúc này nàng chỉ còn là một cô bé hiền lành e lệ. Tuyên kéo một chiếc ghế cho Thược và một chiếc cho mình, cả bốn người cùng nằm nhìn ra biển, Thược nói to hơn:

– Căn nhà này mát và đẹp quá.

Tuyên nói chen vào:

– Chú chỉ đưa cháu tới những nơi đẹp đẽ.

Thược quay nhìn Tuyên thật nhanh. Tuyên đưa chân mình nâng đôi chân Thược gác lên thềm đá giống như mọi người. Tuyên nói nhỏ vào tai Thược:

– Chú thích cái vẻ du côn lúc nãy của cháu. Đến đây sao cháu lại chợt e dè như vậy mất đẹp đi. Cháu cứ tỉnh bơ như thường nghe.

Thược để nguyên chân mình gác lên trên thềm đá, Tuyên rút chân về chỗ mình. Tám chân người song song duỗi ra gác dài trước mặt. Người đàn bà gọi thêm nước trà ra mời Thược. Thược co người lên đỡ lấy tách nước rồi lại để trên thềm đá. Vợ chồng người bạn thủ thỉ với nhau. Thược phải quay sang phía Tuyên. Tuyên nhích gần Thược chờ đợi. Thược ngập ngừng:

– Mát quá cháu muốn nằm như thế ngủ một giấc.

Tuyên nói như dỗ dành:

– Ngủ đi. Ngủ đi em.

Thược giật mình:

– Chú vừa nói gì?

Tuyên nhìn ra xa:

– Chú vừa bảo cô Oanh ngủ đi.

Thược vùng đứng lên:

– Tôi đi về.

Vợ chồng người bạn cùng ngơ ngác nhìn sang Tuyên và Thược, Tuyên cầm tay Thược bấm khẽ kéo ra phía góc sân. Tuyên nói to về phía vợ chồng người bạn:

– Chừng mười phút nữa đi ăn là vừa.

Rồi Tuyên chỉ một chậu cây treo lủng lẳng trước mặt, Tuyên nói với Thược:

– Cháu khó ngủ thế sao?

Thược giận dỗi:

– Cháu định nhắm mắt mà chú lại mang người yêu của chú tới định nhập hồn vào cháu làm sao cháu chịu. Kể từ bây giờ yêu cầu chú không được nhắc tới cô Oanh hay bất cứ tên một người con gái nào khác. Chú chỉ có thể nhắc tới tên cô cháu mà thôi. Nhân danh người vắng mặt cháu ra lệnh như vậy.

Tuyên bĩu môi:

– Còn lâu. Đích thân cô cháu còn chưa ra lệnh được nữa là kẻ nhân danh. Yêu cầu bạn nói gì thì nói nhưng phải luôn luôn nhớ một điều bạn bao giờ, lúc nào, mãi mãi vẫn chỉ là phận cháu.

Thược lại sừng sộ:

– Được rồi, chú nhớ đó nghe. Tôi về tôi mách cô ấy cho chú biết.

Tuyên búng ngón tay vào ngọn cây trầu bà lủng lẳng đeo trước mặt:

– Nhưng mà cháu cũng đừng có thuật lại cho cô ấy hay. Người ta ai cũng có tình cảm cùng tự ái. Chú nói là nói thật để cháu hiểu, không ai ra lệnh cho chú được nhưng cũng chẳng nên nói điều đó ra cho cô ấy buồn.

Thược hí hửng:

– Có thế chứ. Ít ra chú cũng phải nể vì một điều nào đó. Cháu hỏi chú câu này nữa, giả dụ như cháu là kẻ đích thân ra lệnh, chú có nghe theo không?

Tuyên ấp úng rồi vụt chỉ tay xuống sườn đá trước mặt:

– Sườn đá này cũng cao đấy chứ. Đố cháu nếu ngã từ trên này xuống có chết được không?

Thược nắm vai Tuyên lay lay:

– Đừng có nói lảng nghe bạn. Trả lời tôi đi đã.

Tuyên vẫn lẩm bẩm như nói một mình:

– Rơi xuống, lăn lông lốc xuống dưới kia không chết thì cũng nát người. Mà biết đâu không chết nhưng xe cộ chạy qua lại trên đường không cán đứt đôi hoặc là rơi tiếp xuống biển chìm nghỉm luôn.

Thược bực bội nhưng rồi cũng hỏi vào chuyện:

– Chú có định ngã xuống không?

Tuyên gật đầu:

– Cuộc sống kẹt quá cũng nên ngã lắm.

Thược hỏi lại:

– Bao giờ cuộc sống của chú kẹt?

Tuyên gác một chân lên thềm đá nhoài người ra phía trước nhìn xuống:

– Đang.

Thược cầm vai Tuyên ghì lại:

– Cháu đây nè. Chú đang nói chuyện với cháu mà.

Tuyên ngồi lên thềm đá, chàng kéo Thược ngồi lên luôn. Cô bé khó khăn lắm mới ngồi lên được:

– Coi chừng bạn chú họ cười mình.

Tuyên cáu kỉnh:

– Cười gì mà cười, chú cháu người ta nói chuyện mà cười cái nỗi gì.

Thược nói lảng:

– Thềm đá còn nóng quá.

Tuyên cười:

– Ừ nóng thật, chú định kêu mà quên mất.

Thược chỉ tay xuống phía dưới:

– Thế chú có quên dưới kia không?

Tuyên gật đầu:

– Quên rồi.

Thược hỏi:

– Chết mà sao quên lẹ vậy?

Tuyên chỉ Thược:

– Tại cháu.

Thược lại hỏi:

– Vậy sao lúc nãy cháu hỏi chú lại lảng sang chuyện khác?

Tuyên thấp giọng:

– Đừng hỏi, đừng nói sự gì rõ ràng quá.

Thược hỏi lại:

– Nghĩa là chú chỉ thích ỡm ờ thế thôi?

Tuyên nhún vai:

– Cháu muốn hiểu sao thì hiểu.

Thược cũng nhún vai:

– Lại thêm một cử chỉ lừng khừng nữa. Hình như cả cuộc đời chú chỉ toàn là lừng khừng.

Tuyên cười:

– Như vậy thì không đúng. Có nhiều lúc chú cũng hăng hái, chủ động, nhiều lúc cũng nôn nả, bộp chộp như ai.

Thược hỏi:

– Thí dụ?

Tuyên ngập ngừng:

– Những lúc… có cháu chẳng hạn.

Thược nheo mắt cười:

– Thí dụ nữa.

Tuyên tụt xuống khỏi thềm đá không nói. Thược đưa tay cho Tuyên dắt xuống. Tuyên xốc nách cho Thược nhảy xuống. Thược vuốt lại quần áo:

– Chú ngượng không dám nói tiếp hả. Vậy cháu hỏi chú trả lời: Gặp cô Oanh chú có hăng hái vồ vập không?

Tuyên lắc đầu. Thược cự:

– Nói dối hả.

Tuyên giơ tay phân bua:

– Thực chứ. Tại cô Oanh hờ hững. Cô ấy không nôn nóng đáp lại sự nôn nóng của chú như cô cháu đã đáp lại.

Thược móc bao thuốc, Tuyên bật lửa châm cho cô bé:

– Không được thở ra đằng mũi nữa nghe.

Thược gật đầu ra dấu cho Tuyên đừng nói, cô bé tiếp:

– Nói vậy nghĩa là cô cháu… *dâm* lắm sao. Còn cô Oanh thì không?

Tuyên móc bao thuốc đen của mình lấy một điếu, Thược đưa điếu thuốc của mình châm cho Tuyên. Hai người cúi gần nhau im lặng, trong lúc Tuyên thở khói, gió biển làm tàn mất ngay làn khó thuốc Tuyên và Thược nhả ra.

Tuyên nói:

– Đói rồi. Kêu họ đi phố ăn cơm chăng?

Thược giơ hai tay lên cao:

– Tôi chưa đói. Chú đừng có nói lảng. Tôi phải hỏi chú coi: Cô tôi, *dâm* không?

Tuyên mệt mỏi:

– Dâm đâu có phải là xấu.

Thược làm tới:

– Không phải là xấu? Được. Nhưng chú trả lời có hay không?

Tuyên thở mạnh:

– Thì vậy.

Rồi chàng tiếp luôn:

– Cũng như chú.

Thược nhoẻn miệng cười:

– Thế hả. Chú và cô tôi giống nhau.

Tuyên lại nói lảng:

– Chiều nay ăn món gì?

Thược cầm tay Tuyên kéo đi:

– Tôi tha cho chú lần này đó. Nào thì mình đi ăn.

Hai người lại chỗ vợ chồng người bạn. Người vợ ngước mắt nhìn Tuyên. Tuyên đọc thấy trong đôi mắt đó một hàm ý trêu chọc. Tuyên nói:

– Đói chưa? Đi ăn chăng?

Vợ chồng người bạn đứng dậy. Họ ra xe. Tiệm ăn trên bờ biển. Bốn người chọn một chiếc bàn dưới gốc cây dừa.

Người đàn bà và Thược tíu tít chuyện trò với nhau. Có lúc họ cười thành tiếng, có lúc họ ghé tai nhau thì thầm. Tuyên và người bạn ngó ra khoảng nước mênh mông trước mặt. Người bồi bàn mang thực đơn ra. Tuyên cầm lấy nói to:

– Để tôi chọn món ăn nghe.

Người bạn "ừ", Tuyên tiếp:

– Tôi hỏi mấy bà này chứ không hỏi bạn.

Đáng lẽ công việc này của đàn bà nhưng tôi thấy họ có vẻ đang bận rộn nên tôi lãnh thế.

Người đàn bà quay sang nói với Tuyên:

– Cô Thược dễ thương quá. Sao bạn của anh Tuyên em thấy ai cũng dễ thương cả. Bạn gái của ảnh cũng dễ thương, cháu gái cũng dễ thương luôn.

Thược lên tiếng:

– Em là cháu nhưng em cũng coi chú Tuyên là bạn.

Cháu là bạn, Tuyên tảng lờ, chàng đọc tên mấy món ăn trên thục đơn rồi reo lên:

– Cá. Nhiều món cá ngon quá. Hôm nay mình ăn toàn cá thôi nghe.

Tuyên nhác thấy Thược xịu mặt nhìn chàng. Tuyên vẫn làm bộ tảng lờ:

– Canh chua cá Măng, cá Thu chiên, cá Lóc kho tộ, cá Rô kho tộ, cá Rô ngon hơn. Thôi ăn cá Rô ngon hơn. Gì nữa? Chả cá ăn chơi chăng…

Tuyên ngừng nói, chàng thấy bàn tay mát lạnh của Thược đặt trên tay mình. Thược nói nhỏ:

– Cháu lạnh quá. Cháu không ăn gì đâu. Thôi cháu đi về nghe.

Tuyên đánh rơi tờ thực đơn xuống đất, chàng quay sang Thược dỗ dành:

– Chú xin lỗi! Chú xin lỗi! Chú không chọc cháu nữa. Cháu đòi về chú buồn lắm.

Vợ chồng người bạn đã ngồi xít lại với nhau. Họ đang ngơ ngác nhìn Tuyên và Thược, Tuyên quay sang giải thích:

– Quên! Tôi chưa giới thiệu, cháu tôi làm xếp sở cá. Nó quen với cá nên không bao giờ dám ăn những món đó. Vừa rồi tôi chọc nó nên bèn buồn. Bây giờ mình ăn… thịt vậy.

Thược vẫn ngồi yên. Tuyên nhặt tờ thực đơn đưa cho người đàn bà:

– Bà gọi món ăn đi. Để tôi săn sóc cháu tôi.

Người đàn bà hỏi Thược:

– Thược ăn gì để chị gọi?

Thược lay lay vai Tuyên:

– Cháu ăn được cá mà. Chú với ông bà đây thích ăn cá cứ gọi.

Tuyên đặt tay chàng lên vai cô bé:

– Thôi mà. Chú ăn gì cũng được. Cười lên coi cô bé.

Thược nhoẻn miệng cười:

– Các cô và chú ăn gì tùy ý. Cháu ăn cơm tây.

Rồi Thược chợt vui lại:

– Cơm tây thực sự chứ không phải "*cơm tây tay cầm*" đâu nghe.

Tuyên gật đầu:

– Chứ sao. Bố bảo tôi cũng hông dám chọc giận bé nữa.

Tuyên gọi cho Thược món ăn, chàng tiếp:

– Tôi cũng vậy. Chú cháu tôi ăn giống nhau. Ông bà này cũng nên ăn giống nhau đi, muốn gọi gì thì gọi.

Người bạn từ nãy chỉ ngồi cười, bây giờ mới lên tiếng:

– Cha nội chia phe rồi đó hả. Hắn phân phối từng cặp rõ ràng.

Thược nói:

– Thưa không phải cặp. Chú Tuyên và cháu không phải là một cặp. Chú Tuyên xác định đi.

Tuyên gật đầu:

– Đúng. Không có cặp gì hết. Đừng có ngộ nhận và xuyên tạc.

Trời đã tối, gió biển lại càng lạnh. Thược co ro uống nước ngọt. Các món ăn mang ra, Tuyên săn sóc cô bé tận tình. Chàng nói:

– Chú săn sóc cháu như chú săn sóc một đứa trẻ thơ.

Thược gật đầu:

– Một đứa trẻ thơ người lớn.

Mọi người ăn uống nhanh chóng. Xong Tuyên đứng dậy trước nhất. Chàng nói:

– Nên về kẻo sắp bão lớn. Trời đất sụp đổ cả bây giờ.

Người bạn ngó vợ:

– Trời đất mát mẻ yên lành như thế này mà nhà khí tượng của chúng ta sợ bão.

Tuyên giục:

– Lẹ lên. Để tôi lái xe cho. Đưa cô bé về nhà cô rồi tụi mình về ngủ.

Chiếc xe chạy đi. Chốc lát đã về tới nhà Thược. Tuyên xuống mở cửa xe cho Thược nói:

– Cháu ngủ ngon nghe. Coi như hôm nay là một ngày

chú bịa đặt.

Thược bước xuống nàng quay vào xe chào vợ chồng người bạn, quay sang Tuyên nàng nói:

– Tất cả đều là bịa đặt, thưa chú?

Tuyên gật đầu:

– Tất cả, mọi lời nói, mọi hành động, mọi nhân vật. Bịa đặt hết. Phịa hết. Vu cáo hết. Xuyên tạc hết.

Thược nhún vai:

– Chú làm như cuộc đời này là tiểu thuyết, người ta có thể phịa ra được.

Tuyên cãi:

– Chứ sao. Tiểu thuyết còn có người tưởng là có thực thì cuộc đời này có khi chỉ là phịa. Bây giờ chú nhắc lại. Tất cả chỉ là phịa. Không có gì thực cả. Không ai có thực cả. Cô cháu là phịa. Cô Oanh là phịa. Hai người trong xe kia là phịa. Chú là phịa. Thược cũng là phịa luôn.

Thược ngúng nguẩy bỏ đi:

– Như thế chẳng hóa ra mọi người đều vô liêm sỉ cả sao?

– Đúng vậy, mọi người đều vô liêm sỉ. Chú có thể là kẻ thù vô liêm sỉ nhất. Trừ một người.

Thược hỏi:

– Ai?

Tuyên chỉ cô bé:

– Thược.

Chàng tiếp:

– Cháu về ngủ ngon. Quên hết chuyện đời này. Hãy sống với nỗi hạnh phúc cháu đang có. Chú muốn nói thêm, cháu là người con gái đôn hậu nhất, dễ mến nhất, thơ ngây nhất. Tất cả là phịa nhưng điều vừa rồi là thực. Chú tuyên dương như vậy.

Thược nói:

– Thôi chú về.

Tuyên đưa tay vẫy:

– Cho chú gửi lời thăm hỏi và chúc mừng các em cháu, gia đình cháu, bạn bè cháu và nhất là người yêu của cháu. Tất cả đều đáng mến yêu. Điều này cũng lại là thực.

Thược bước vào trong cổng, cô bé nói ra:

– *Bonne nuit* chú!

Tuyên trở ra xe, chàng mở cửa cáu kỉnh nói với vợ chồng người bạn:

– Lên băng trước ngồi đi. Để tôi nằm ở băng sau. Tôi mà lái xe bây giờ là tôi lao xuống biển ạ.

Vợ chồng người bạn lịch kịch lên băng trước. Người chồng lái xe quay trở lại. Trên đường về nhà, thấy Tuyên nằm im nơi băng sau người đàn bà gợi chuyện:

– Cô Thược dễ mến đấy chứ.

Tuyên búng tay đánh "pách":

– Chạy lẹ lên về ngủ cho rồi.

Người đàn bà vẫn chưa thôi:

– Mà anh có nhận thấy vậy không?

Tuyên tặc lưỡi:

– Chứ sao. Nó dễ mến nhất trong số tụi nhỏ bạn nó. Đôn hậu. Thơ ngây. Thông minh.

Thấy Tuyên có vẻ bất thường, người đàn bà không nói gì nữa với Tuyên. Nàng ngồi xích gần chồng. Tuyên nghe hai người nói chuyện:

– Lúc ăn cơm ông ấy đâu có uống rượu hé anh?

– Cha nội đó đâu cứ phải uống rượu mới say. Hắn say đều đều, nếu không muốn nói là hắn khùng đều đều.

Tuyên nghe vậy nhưng chỉ nhắm mắt. Chàng muốn chóng về đến nhà để ngủ một giấc. Tiếng nói chuyện của vợ chồng người bạn phía trước lại ồn lên:

– Bịnh có vẻ nặng.

– Em nói bịnh gì?

– Bịnh khùng anh vừa nói đó.

– Bịnh đó có trời chữa.

Tuyên gõ gõ mũi giày vào băng trước:

– Lái xe đi. Vu cáo hoài vậy.

Người đàn bà quay lại cười thành tiếng:

– Tưởng anh ngủ rồi chứ. Anh có sao không?

Tuyên hỏi lại:

– Sao là sao?

Người đàn bà tiếp:

– Thì sức khỏe của anh đó.

Tuyên lên gân tay trong bóng tối:

– Khỏe lắm à. Lực sĩ lắm.

Người đàn ông phì cười:

– Sắp chết rồi mà không biết, còn nói mạnh.

Tuyên gật gù:

– Dám lắm ạ. Sao cậu biết tôi sắp chết?

Người bạn nói:

– Người như cậu thiếu gì kẻ khác vái trời cho cậu chết đi. Vả lại trông tướng cậu cũng dám chết yểu lắm.

Người vợ huých tay ra dấu cho chồng ngừng nói, nàng lại quay xuống phía Tuyên:

– Anh có điều gì buồn?

Tuyên hăng hái:

– Đâu có.

Người đàn bà gạn hỏi:

– Thật chứ.

Tuyên ấp úng:

– Thật. Tôi đang vui. Tôi không ngờ tiểu thuyết có khi lại là sự thực.

Người đàn bà thấp giọng:

– Anh nói gì tôi không hiểu.

Tuyên lại cáu:

– Thì đã bảo ông bà hiểu thế chó nào được chuyện đời.

Người bạn hỏi:

– Vậy thì ai hiểu được?

Tuyên nói nhanh:

– Không ai hiểu được cả.

Tiếng người vợ lại nổi lên:

– Hay là mình đưa anh Tuyên đi khám bịnh.

Tuyên cười lớn:

– Tôi bịnh gì mà bắt tôi đi khám. Chẳng có thầy thuốc nào ở đây tìm được bịnh của tôi cả.

Người vợ vẫn nói với chồng:

– Anh bác sĩ gì bạn anh có phòng mạch ở đâu đó. Sáng mai mình đến nhờ anh ấy.

Tuyên lại cười to:

– Xin lỗi ạ! Bác sĩ lơ mơ đó sức mấy mà tìm ra bịnh của tôi. Bịnh nó nằm trong óc, trong tủy xương sống tôi, đứa nào lơ mơ mà tìm ra được.

Người đàn bà lại quay xuống nhớn nhác nhìn Tuyên, Tuyên nói như vừa chạy bộ về:

– Lao xương. Lao xương từ lâu rồi. Sắp chết. Biết không? Đừng có lộn xộn. Không thuốc nào chữa được cả. Mất công.

Vợ chồng người bạn cũng sững sờ, người chồng hỏi lại:

– Thật không? Hay mày… tiểu thuyết?

Tuyên cười sặc sụa:

– Tiểu thuyết là có thực. Nghĩa là tao lao xương.

Người đàn bà trách:

– Anh biết từ hồi nào? Sao anh không nói cho tụi tôi hay.

Tuyên mệt mỏi:

– Nói làm mẹ gì. Có biết cũng chẳng thể cứu vãn được. Bị bịnh này là tịch. Tịch là cái chắc. Cách đây hai năm một tay tổ về y học phát giác ra cho tôi biết điều đó. Y nói tôi còn sống được 5 năm. Như vậy bây giờ chỉ còn 3 năm. Y thật tàn nhẫn. Thông báo cho một người biết cái giới hạn sự sống của nó là một hành động tàn nhẫn nhất. Người bạn y sĩ này thông báo cho tôi xong còn ân cần tặng hai chục ngàn đồng bạc xài chơi. Hắn làm như hắn phúng điếu trước đám tang của tôi.

Người bạn nhe răng cười:

– Mà cậu có nhận không?

Tuyên vội vã:

– Nhận chứ. Nhận tiền nhưng vẫn chửi nó. Sau đó tôi mất cả tuần lễ khủng hoảng, ăn xài tùm lum.

Người đàn bà chậm rãi:

– Tôi sợ anh khủng hoảng đến tận bây giờ chứ một tuần sao được.

Tuyên bĩu môi trong bóng tối:

– Bây giờ việc chó gì tôi còn bị khủng hoảng nữa. Tôi rất bình tĩnh.

Người bạn buột miệng:

– Bình tĩnh.

Người đàn bà vẫn chưa thôi áy náy:

– Tôi nghĩ anh phải đi coi bịnh lại. Tôi mong thời gian anh ra ở đây, sức khỏe anh sẽ phục hồi. Anh thôi đừng bận tâm suy nghĩ đến bất cứ chuyện gì nữa.

Tuyên hỏi:

– Bà bắt tôi sống thanh thản hả?

Người đàn bà gật đầu:

– Phải thật thanh thản mới được. Uống thuốc bổ. Ăn uống điều độ. Thức, ngủ có giờ giấc. Không nghĩ ngợi điều gì.

Tuyên cười:

– Bà bắt tôi không cả nghĩ đến người tôi yêu sao?

Người đàn ông lại chen vào:

– Cậu làm gì có ai gọi là người yêu.

Tuyên cãi:

– Có chứ. Nếu không sức mấy tôi sống được hai năm nay.

Người đàn bà hỏi như dỗ dành:

– Bây giờ anh nói thực đi, ai là người yêu của anh. Có phải cô Oanh không?

Tuyên lại ngập ngừng:

– Bà này hỏi khó không à.

Bà không muốn tôi suy nghĩ mà lại hỏi toàn những chuyện khó khăn.

Người đàn bà cùng phì cười:

– Vậy anh hay nghĩ ngợi tới ai?

Tuyên vung tay:

– Nhiều lắm.

Người đàn bà kêu lên:

– Vậy thì làm sao mà không bịnh được. Nghĩ tới một người đã là nguy hiểm, đàng này anh lại nhiều lắm, làm sao có thể tĩnh dưỡng được. Hay là anh tập đừng nghĩ tới ai nữa.

Tuyên cũng kêu lên:

– Đừng nghĩ tới ai? Nghĩa là đừng yêu ai! Như thế làm sao sống được ba năm còn lại.

Người chồng quàng một tay ôm vai vợ:

– Thôi em đừng "bàn" chuyện đó với ông Tuyên nữa. Càng bàn càng đau đầu, buốt óc mà không đi đến đâu cả. Cha ấy lằng nhằng thấy mẹ.

Tuyên nghe vậy cũng phải nhe răng cười, chàng nói:

– Ừ mà tụi mình lẩm cẩm thật.

Rồi như chợt nhớ ra, Tuyên nhổm dậy nhìn qua cửa kính:

– Mà cậu đưa đi đâu lòng vòng hoài chưa về tới nhà vậy?

Người bạn nói:

– Còn sớm ngủ gì nổi, đi dọc bờ biển cho hết thì giờ.

Tuyên cảnh cáo:

– Và cho hết xăng luôn, coi chừng xe nằm dọc đường ạ.

Người đàn ông như cũng chợt nhận ra, chàng quanh xe trở lại đường về nhà.

Chiếc xe vừa ngừng lại. Tuyên tông cửa phóng vào nhà. Chàng khép cửa buồng nằm vật xuống giường. Gió biển lùa qua cửa sổ đổ xuống mắt chàng. Tiếng ì ào của sóng biển vọng vào, Tuyên nghe như tiếng gào khóc não nề thảm thiết. Chàng nhắm mắt nghe thân thể mình chuyển động. Có một lúc Tuyên cảm thấy như các ống xương của mình rỗng không, rồi như có gió lùa qua những ống rỗng không đó. Tuyên muốn ngủ và sẽ cứ như thế ngủ luôn mãi mãi. Chàng thèm một sự êm ái qua đi như vậy. Nhưng trước mắt chàng, trong một khoảng không mờ đục như sương mù, sông nước vẫn rũ rượi gào khóc. Tuyên thấy mình đang đi trên triền cát, phía trước là một bóng người khi ẩn khi hiện, tha thướt dịu dàng. Bóng người mảnh mai đó lướt theo dọc mé nước. Tuyên chạy theo nhưng khoảng cách giữa chàng và chiếc bóng vẫn là một khoảng cách. Chàng không thâu ngắn lại được khoảng cách đó. Chiếc bóng vẫn lướt đi, những lượn sóng tràn lên bãi cát rồi lại rút xuống, nhưng chiếc bóng không hề bị nước làm ướt chân. Mỗi lần nước tràn lên là cả thân hình mảnh mai kia lại như được dạt lên phía trên. Cứ như thế bóng người đi dọc theo mé nước.

Tuyên rượt theo. Nửa người phía dưới chàng đã ướt sũng. Tuyên mệt muốn hút hơi. Chàng bì bõm trên nước trên cát, Tuyên cất tiếng gọi người trước mặt. Chàng cố gào thật lớn, nhưng tiếng chàng không bật ra được. Hay tiếng gào của chàng đã bị những tiếng sóng ì ầm lấn át.

Đuổi mãi một hồi, bóng người vẫn chỉ là ở phía trước. Tuyên mệt quá ngã gục xuống bãi cát. Từng làn nước tràn lên chàng rồi lại rút xuống, sóng nước khá mạnh khi nó tràn lên. Tuyên bị làn nước phủ lấp, nước rút xuống, Tuyên chỉ còn như một khúc củi trơ trẽn trên triền cát. Tuyên bị sặc sụa ho sù sụ. Chàng thều thào kêu gọi lung tung. Có tên những người đàn bà nào đó. Có tên những miền đất nào đó, Tuyên gọi cả tên chàng. Nhưng tiếng gọi chỉ dội vào trong chàng. Nó không vang đi được tới đâu. Không ai nghe tiếng chàng gọi.

Bãi biển hoàn toàn vắng. Tuyên lồm cồm bò dậy. Chàng bàng hoàng thấy chiếc bóng đứng ngay trước mặt. Tuyên nhảy chồm tới ôm chầm lấy chiếc bóng. Chàng ôm chầm lấy mong ước của chàng.

Nhưng bóng người chỉ như bằng giấy, bằng bông, như là một thứ bọt bị Tuyên đụng phải thì tan ra nhanh chóng. Tất cả cái hình nhân lúc này sụm xuống một đống trên bãi cát và làn sóng tràn lên cuốn phăng đi.

Tuyên hấp tấp với theo nhưng chẳng còn gì. Chàng chỉ với thấy nước, chàng chỉ với thấy khoảng không. Hình nhân không còn nữa. Và Tuyên nặng nề ngồi xuống trên cát mặc cho sóng vỗ vào mặt.

Tuyên tỉnh dậy khi có những tiếng gõ cửa gấp. Chàng cảm thấy thân thể nặng nề, chiếc đầu chàng như một khối đá đeo. Tuyên định thần nhìn quanh. Chàng vẫn ở trong căn phòng ở nhờ, chàng đã tìm ra được cái không gian hiện tại của mình. Tiếng cửa lại gõ gấp, chàng còn nghe tiếng gọi tên mình.

Tuyên mệt mỏi ngồi dậy ra mở cửa. Vợ chồng người bạn đứng đó. Họ đã mặc đồ ngủ. Người đàn bà lên tiếng:

– Anh làm sao vậy? chúng tôi nghe tiếng ú ớ ở trong này.

Tuyên đứng ngây người không biết nói gì. Người đàn bà kêu lên:

– Anh có làm sao không? Trông anh tái xanh hốc hác đi vậy.

Người đàn ông cũng ái ngại:

– Tôi cứ tưởng cậu bị ai bóp cổ.

Tuyên lúc đó mới cười được. Chàng tránh sang bên tỏ ý mời vợ chồng người bạn. Người đàn bà đặt tay lên trán Tuyên nói với chồng:

– Âm ấm đầu thôi anh ạ.

Người đàn ông bảo Tuyên ngồi xuống ghế. Tuyên ngoan ngoãn làm theo. Người đàn bà thấy tách trà đặc trên chiếc bàn nhỏ, nàng quay ra nói:

– Anh đừng uống trà nữa. Để tôi lấy nước lạnh cho anh uống.

Người đàn bà đi ra, người đàn ông hỏi Tuyên:

– Sao cậu im lìm không nói gì vậy?

Tuyên chậm chạp:

– Mê ngủ.

Người đàn bà trở lại, nàng đưa cho Tuyên một ly nước lạnh trong vắt. Tuyên cầm ly nước nâng cao nhìn vào đó. Chàng nhìn như thôi miên vào cái lằn chỉ ngấn nước. Người đàn bà đứng trước mặt Tuyên nói như dỗ dành:

– Anh uống nước lạnh cho khỏe đi.

Tuyên uống ừng ực xong để ly xuống bàn:

– Cơn mê kinh khủng quá.

Tuyên kể cho vợ chồng người bạn nghe về cơn mê vừa rồi của mình. Xong chàng kết luận:

– Hay căn nhà này có… ma.

Người đàn ông cười phá lên, trong khi người đàn bà sợ hãi đứng nép vào nách chồng. Tuyên thấy vậy bèn ân hận đã làm phiền người khác. Chàng đứng lên nói:

– Các cậu đi ngủ đi. Tôi khỏe rồi cũng cần ngủ một giấc.

Người đàn ông kéo tay vợ trở ra cửa nói với Tuyên:

– Ông mệt mỏi sinh ra vậy chứ ma qui nào. Hoặc là ông bị một em nào đó như em hồi chiều làm cho ông thất vọng.

Tuyên chỉ cười. Chàng khép cánh cửa lại khi vợ chồng người bạn đã về phòng họ.

Tuyên đến bên cửa sổ nhìn ra biển. Cả một vùng tối thui mênh mông trước mặt. Tiếng sóng muôn thuở vẫn đều đặn. Tuyên nhìn thấy lờ mờ những làn bọt nước trăng trắng nơi bờ biển phía dưới.

Tuyên đứng hồi lâu và thấy mình không còn buồn ngủ. Chàng trèo qua cửa sổ ra ngoài. Tuyên men theo bờ tường xuống dốc. Ra tới đường nhựa. Tuyên đứng ngó quanh một lúc. Thỉnh thoảng mới có một chiếc xe chạy qua. Tuyên lững thững qua đường.

Tiếng sóng ào ào nghe rõ hơn. Tuyên tìm lối xuống mé nước. Những tảng đá lởm chởm lạnh ngắt và đen thui dưới chân làm cho Tuyên cảm thấy buôn buốt nơi ống chân. Cái buôn buốt chạy thốc lên người. Lịch kịch mãi Tuyên mới xuống được tới mé nước. Bờ biển chỗ này nhiều đá, chỉ có một lớp cát rất hẹp dọc theo. Tuyên in những vết chân mình trên cát ướt.

Chàng dang tay hít thở gió biển. Và chợt nghĩ tới cái hình nhân trong cơn mê. Tuyên ngó dáo dác như tìm kiếm. Tuyên đưa tay vuốt những sợi tóc xòa trên mặt. Chàng thấy da thịt mình nhơm nhớp muối.

Tuyên đi dọc theo mé nước. Chàng đến một chỗ gò đá nhô ra biển, cúi xuống nhặt một cục đá nhỏ. Xem ra là vỏ ốc. Tuyên vung tay ném vào khoảng không trước mặt. Chàng lắng nghe tiếng rơi nhưng không thấy. Cái vỏ ốc như đi mãi trong khoảng không. Tuyên trèo lên gò cao. Lại một chiếc lô cốt cũ sừng sững nhìn ra biển. Một phần lớn chiếc lô cốt này nằm trong núi đá. Tuyên men đến gần. Có tiếng cười khúc khích bên trong. Tuyên lắng nghe, chàng chợt mỉm cười. Một cặp tình nhân nào đó đang tình tự. Tuyên bỏ đi ra phía ngoài sườn đá.

Chàng hát nho nhỏ một bài ca cũ. Tuyên ngồi xuống một tảng đá, duỗi chân nhìn ra biển. Chàng ngồi một lúc thì có tiếng quát tháo từ phía chiếc lô cốt.

Tuyên tò mò bước lại. Chàng thấy một người cởi trần ôm quần áo chạy vụt ra. Một người đàn ông khác cũng từ trong rượt theo. Nhưng người chạy phía trước đã mất hút. Người đàn ông phía sau quay lại lô cốt. Một người đàn bà đang cài nút áo chui ra, bị người đàn ông túm tóc lôi đi. Anh ta vừa chửi vừa đánh người đàn bà. Ngang qua chỗ Tuyên đứng, chàng nhận ra người đàn ông coi cái nhà Tuyên đang trú ngụ. Anh ta cũng vừa nhận ra Tuyên. Anh ta đứng lại nhoẻn miệng cười với Tuyên và phân bua:

– Con vợ tôi. Con vợ tôi nó khốn nạn lắm. Nó nói dối tôi đủ thứ. Nó bỏ nhà ra chui lủi ở bờ bụi hôi thối. Đúng nó là thứ đàn bà hôi thối, thưa thầy.

Tuyên không biết nói gì. Người đàn bà bẽn lẽn cúi đầu. Người đàn ông coi nhà tiếp:

– Nó *phải lòng* thằng cha chạy xe lam nào đó. Tụi nó thường hẹn nhau chui rúc ở những chỗ như thế này.

Bảo hoài con vợ tôi nó vẫn chứng nào tật nấy. Tôi nói rồi, tôi nhịn mãi không nổi đâu. Sùng lên tôi bóp cổ nó, dìm xuống biển.

Tuyên chẳng biết an ủi anh ta thế nào, anh ta lại hăng hái tiếp:

– Đồ đĩ ngựa. Nhà cửa chồng con có không ở, chui đầu ra với những quân vô lại ở những nơi bờ bụi này. Tôi không hiểu sao nó lại ngu thế.

Nói xong anh ta lại nhảy tới túm tóc chị vợ thụi vào bụng chị ta mấy quả. Người vợ ôm bụng van xin. Tuyên kéo tay anh ta can ra. Bấy giờ chàng mới nói:

– Thôi anh đưa chị ấy về nhà đi.

Người chồng cầm tóc người vợ lôi đi, anh ta còn quay lại nói với Tuyên:

– Thầy còn ở lại sao? Khuya rồi.

Tuyên gật đầu:

– Tôi chưa buồn ngủ.

Người đàn ông coi nhà tiếp tục lôi vợ xềnh xệch. Anh ta nói thêm với Tuyên:

– Thầy ở lại. Tôi về.

Tuyên đứng nhìn theo vợ chồng người đó đến khi họ mờ nhạt vào trong bóng đêm.

Cảnh vật lại trở nên vắng vẻ. Tuyên trở lại tảng đá, chàng ngồi xuống nhưng cảm thấy nôn nao. Tuyên lần trở về nhà. Vợ chồng người coi nhà đang ngồi nấu mì gói trong căn buồng phía sau.

Người vợ lăng xăng đến cạnh anh chồng. Tuyên thấy họ ăn uống vui vẻ như không hề có chuyện gì đã xảy ra. Tuyên an tâm về phòng. Chàng tắm rửa rồi lên giường ngủ.

Sáng hôm sau, Tuyên thức dậy rất trễ. Khi trở ra phòng khách, Tuyên gặp ngay người đàn ông giữ nhà. Anh ta tươi cười chào Tuyên và mời Tuyên uống trà.

Tuyên ngồi ghế uống nước hút thuốc, người giữ nhà nói:

– Hai ông bà đã ra biển tắm. Trước khi đi có dặn tôi

giữ im lặng cho thầy ngủ.

Tuyên gật đầu cám ơn. Anh ta hỏi Tuyên:

– Thầy dùng điểm tâm gì để tôi đi mua?

Tuyên lắc đầu:

– Tôi không quen ăn buổi sáng. Anh pha cho tôi ly cà phê được không?

Anh ta gật đầu:

– Dạ có sẵn rồi, để tôi đi châm nước.

Anh ta bỏ đi xuống nhà ngang. Tuyên đang nhìn theo một đứa nhỏ đang nghịch đá cuội nơi sân nhảy đến đánh đu tay anh ta, anh bồng đứa con lên vỗ đít nó mấy cái rồi đặt nó ngồi xuống một chiếc ghế nhựa. Đứa bé tuột khỏi ghế chạy theo anh ta, anh quay lại cười với nó rồi cũng rón cẳng chạy vào bếp. Lát sau anh ta mang cà phê lên. Đứa bé cũng chạy theo. Tuyên nói với anh ta:

– Mấy bố con anh ở nhà coi bộ vui nhỉ.

Đặt cà phê xuống bàn trước Tuyên, anh ta nhe răng cười:

– Dạ vui lắm, mấy đứa con tôi chúng đang lớn nên có nhiều cái ngộ nghĩnh.

Thằng bé thấy có Tuyên ngồi đó, nó phóng ra sân. Người giữ nhà nói ra dặn nó coi chừng vấp ngã. Tuyên thấy anh ta thật tươi tỉnh, nỗi sung sướng đọc thấy trên từng thớ thịt, từng làn da khuôn mặt anh.

Tuyên thắc mắc nhớ tới chuyện đêm qua, nghĩ tới người đàn bà ngoại tình. Chàng ngập ngừng hỏi:

– Chị ấy đi chợ bán hàng chưa?

Người giữ nhà mở nắp hộp đường mời Tuyên, anh ta nói:

– Mời thầy dùng cà phê, để thầy chế đường cho vừa

ý. Bà em ông đại tá sáng nay đi biển có dặn tôi pha cà phê nhưng để thầy chế đường lấy vì thầy thích uống đắng.

Tuyên gật đầu, chàng lấy một chút đường cho vào tách, cầm chiếc muỗng nhỏ khoắng khoắng. Tuyên uống một ngụm nhỏ khen:

– Ngon lắm.

Người giữ nhà cười rạng rỡ, anh ta trả lời Tuyên:

– Dạ, con vợ tôi nó đi từ sáng sớm. Tội nghiệp nó cũng vất vả lắm. Sáng nào cũng phải thức dậy lúc năm giờ, nó đi bộ ra bến xe để tới bến cá, lãnh cá về bán ở chợ, mua bán nuôi mấy bố con tôi.

Hình như anh ta xúc động, Tuyên nghe anh ta kể lể:

– Nó giỏi lắm. Đi buôn bán xong về nhà lại lo cơm nước giặt giũ. Nó làm đủ thứ hết. Chỉ phải một tội…

Tuy hiểu điều anh ta bỏ lửng trong câu nói. Chàng nhìn anh ta thật nhanh rồi quay đi:

– Mấy đứa nhỏ đi học chưa?

Người giữ nhà lắc đầu:

– Dạ thưa. Chúng chưa đến tuổi. Vợ tôi nó định khi tụi nó lớn sẽ cho một đứa đi tu. Nó muốn làm bà cố sau này.

Anh ta nói rồi cười hề hề. Tuyên dụi mẫu thuốc lá trong chiếc gạt tàn:

– Mỗi buổi tối rãnh rỗi, anh tìm cách giải trí cho chị ấy. Anh đưa chị ấy đi dạo chẳng hạn, hay đi coi cải lương, ở đây có cải lương không?

Người đàn ông lắc đầu:

– Không có gì hết. Lâu lâu mới có gánh hát ra đây. Chẳng có gì giải trí cả ở tỉnh này, ngoại trừ biển, mà biển thì thầy thấy đó, chán lắm. Ra biển phải có cặp với nhau.

Ở biển đàn ông phải có đàn bà và đàn bà phải có đàn ông. Tôi thì sức lực yếu rồi.

Tuyên gật gù, chàng thấy anh ta có lý. Chàng cũng đang là một kẻ cô đơn. Một kẻ cô đơn ở biển không thể được. Thế nhưng cũng còn có kẻ không là một mình cũng vẫn bị cô đơn. Như vợ người đàn ông trước mặt chàng vậy. Tiếng anh ta nói tiếp:

– Ở đây chỉ có biển. Mà biển thì chán ngấy. Biển còn là một phiền phức đối với tôi. Thầy cứ nhìn ra ngoài kia, mà coi.

Nếu mình băng qua cái mé nước đó, ra xa, ra mãi, thế là mình sẽ chìm nghỉm. Tôi thấy thật dễ dàng. Thật dễ dàng băng từ đây ra ngoài đó, vậy mà anh không làm nổi.

Tuyên nói lảng:

– Kể ra thành phố này cũng lạ thật. Kỹ nghệ lớn nhất là khách sạn và quán nước, không lẽ anh đưa vợ con đi vào bar giải trí.

Người giữ nhà "dạ" nhỏ, xong anh ta tiếp:

– Cho nên tôi chán nơi này lắm.

Tôi muốn ở một chỗ khác, nhưng không có nơi nào là của tôi cả. May mà được ông đại tá cho coi ngôi nhà này.

Tuyên hỏi:

– Sao anh không xin đi làm, tôi thấy ở đây có nhiều cơ sở của quân đội ngoại quốc.

Người đàn ông lắc đầu:

– Ông đại ta giao cho tôi coi nhà này, ổng cũng có phát lương và tiền cho tôi sửa chữa, quét dọn, chẳng được là bao nhưng dù sao thì cũng có chỗ ở.

Tuyên cầm tách cà phê uống nốt phần còn lại, chàng

đứng lên:

– Tôi cũng ra biển phơi nắng một lát.

Người giữ nhà dọn ly tách trên bàn:

– Ông bà có dặn nếu thầy ra biển đến mũi ô quắn có ông bà ở đó.

Tuyên cám ơn anh ta, chàng thả bộ xuống đường đi về phía mũi ô quắn.

Mũi ô quắn có một bãi nhỏ, giải cát lọt vào hông sườn núi đá. Phía ngoài có một chiếc tàu mắc cạn. Chiếc tàu cũ này hình như mới được trục từ đáy biển lên. Tuyên men theo sườn đá xuống bãi cát. Người tắm biển khá đông. Có kẻ đang giỡn với sóng, có kẻ nằm ngửa trên cát nhắm mắt như ngủ. Tuyên nhìn khắp lượt. Một lốp vài người ngoại quốc cũng đang nằm phơi nắng, uống bia. Tuyên đi theo bãi cát. Chàng kiếm một mô đá nhỏ nổi trên bãi ngồi xuống. Tuyên lại châm thuốc hút. Hồi lâu sau chàng mới nhận thấy vợ chồng người bạn ở dưới nước. Người chồng đang tập bơi cho vợ. Tuyên không nghe tiếng họ cười giỡn nhưng từ xa nhìn tới Tuyên cũng thấy là họ đang hoàn toàn vui sướng.

Tuyên nhìn ngắm sự vui sướng đó của họ mãi đến khi họ nhận ra chàng. Hai vợ chồng người bạn dắt tay nhau chạy lên.

Người đàn bà vuốt tóc ướt trên mặt nói:

– Anh Tuyên ra hồi nào?

Tuyên nói:

– Mới ra.

Người đàn ông rủ:

– Cậu cởi đồ ra xuống tắm cho khỏe.

Tuyên rùng mình:

– Sợ lắm. Nàng thế này mà cởi trần phơi dưới nước mặn chịu gì thấu.

Người vợ kéo chồng ngồi xuống cát, nàng nằm dài ra gối đầu trên đùi chồng, Tuyên nói:

– Tối qua tôi thức khuya nên sáng nay dậy muộn.

Người đàn bà cười:

– Sáng nay lúc tụi tôi ra bãi, anh còn ngủ li bì.

Tuyên hỏi:

– Các cậu tắm lâu chưa.

Người đàn bà nhanh nhẩu:

– Lâu rồi. Tôi sắp biết bơi rồi đó.

Quay sang chồng nàng tiếp:

– Anh thấy em tập bơi có "đề" không?

Người chồng với tay xin Tuyên điếu thuốc:

– Đề lắm. Trông em bơi y như chó bơi vậy.

Người đàn bà vỗ đánh bép vào đùi chồng. Tuyên hỏi lảng:

– Nghe nói quân nhân Mỹ họ có một bãi tắm riêng ở khu trên kia, sao người nọ còn đến đây lắm.

Người đàn ông nhìn mấy người ngoại quốc gần đó góp chuyện:

– Vấn đề là ở chỗ đó. Sống là phải có người khác. Họ tắm ở trong một khu vực riêng toàn họ cả đâu có đủ được, họ sẽ vẫn thấy thiếu thốn, thế nên phải mò ra phố, phải mò ra đây. Tắm ở đây thì cũng chỉ là bãi cát là nước biển như ở khu vực của họ. Nhưng ở đây còn có người, những người không phải là họ.

Tuyên nói trống không:

– Rắc rối nhỉ.

Không có tiếng trả lời, vợ chồng người bạn châu đầu vào nhau thủ thỉ. Họ quên luôn có Tuyên ngồi đó: Tuyên lẳng lặng rón rén bước đi. Mỗi người đều có nỗi hạnh phúc riêng cho mình. Tuyên cũng phải có nỗi hạnh phúc riêng cho chàng.

Thứ hạnh phúc Tuyên đang có là chàng biết được cái giới hạn của sự sống, chàng biết rõ được cái mức cuối cùng đời người.

Và chàng đang đi lần tới cái thời gian đó. Mỗi phút giây qua đi là mỗi phút giây làm ngăn lại khoảng đời cuối cùng của chàng. Một bước chân di chuyển là một sự xê dịch cho qua lấp một chút thời gian. Tuyên cứ loanh quanh, lẩn quẩn như vậy để thấy rõ là mình vô dụng. Chàng chẳng biết phải làm gì trong một cái thời gian quá ngắn còn lại. Leo lên một sườn đồi, xuống một con dốc, nói một câu với người này, bịa chuyện nào đó với một người khác, tất cả những cử chỉ, hành động đó với Tuyên thực ra cũng chỉ một cách khỏa lấp cái ám ảnh ở cuối đường chàng sắp tới, chỉ là một cách chàng nhìn đi nơi khác.

Tuyên muốn thoát khỏi nông nỗi đó. Tuyên muốn chàng không còn là chàng, người khác xung quanh không còn là người chàng thấy. Đêm qua Tuyên đã chứng kiến một một cảnh nhẫn nhục của người đàn bà giữ nhà.

Quả thật Tuyên thấy anh ta rất dễ sống, anh ta đã làm ngơ trước sự cay đắng bắt phải nhận, sao chàng không thể làm ngơ trước cái chết gần tới. Có một lúc nào đó Tuyên đã hốt hoảng. Có một lúc nào đó Tuyên đã vơ vào cho mình tất cả chung quanh. Có một lúc nào đó Tuyên đã lạnh lùng trước tất cả. Nhưng mà chắc chắn là chàng không quên được cái lằn mức đã vạch ra.

Nó như một vạch vôi trên sân vận động, nó như một tấm biểu ngữ chăng ngang đường phố có hàng chữ "mức đến" và nó như cái mé nước dưới kia, chàng chỉ cần từ từ tiến tới và vượt qua. Đó là điều đã định và chàng chẳng thể đừng. Lời nói vững vàng của người y sĩ thân thiết còn rõ ràng bên tai chàng.

Lời an ủi vỗ về của ông ta cũng vẫn còn đó. Những đồng tiền ông ta đưa ra như một bảo đảm lời nói của ông ta. Nghĩa là chàng đang tới và chàng phải tới.

Không lâu lắt gì đâu. Chỉ vài ba năm nữa. Nhưng tại sao chàng không tới đó bây giờ. Thật dễ dàng. Bằng cách băng qua mé nước kia.

Tuyên đã đứng trên mũi ô quắn. Chàng rảo bước sang sườn đá bên này. Sườn bên này thật vắng, không có người tắm có lẽ vì khuất gió. Tuyên đi nhanh xuống phía dưới. Tại sao mình không đoạt lấy sự quyết định trước khi cái "mức đến" hiện ra. Tại sao mình không đến trước khi định mệnh ập tới.

Ba năm còn lại có là bao. Vì chàng cũng chẳng biết làm gì trong những ngày tháng còn lại đó. Vậy thì tại sao mình không thắng một keo? Tại sao mình không làm chủ mình một lần và như thế sẽ làm chủ mình vĩnh viễn.

Tuyên ngừng lại trên một mặt đá phẳng, chàng nhìn xuống những làn sóng rạt rào dội lên bãi cát. Thật là gần và thật là giản dị. Tuyên nhảy xuống. Một đám cát bị cầy lên văng cả vào trong giầy.

Tuyên cúi xuống tháo giầy dốc cát ra. Chàng mang giầy vào chân rồi bước đi.

Một ông già ngồi câu cá khuất sau một hốc đá phía xa. Tuyên tiến lại. Chàng chào ông già. Ông ta gật, cười. Ông lấy gói thuốc vấn hút. Tuyên móc lửa châm thuốc cho ông ta. Lại một cái gật đầu cám ơn. Tuyên ngồi xuống tảng đá bên cạnh.

Ông già cầm chiếc cần câu ngắn rà rà sợi cước trên mặt nước. Tuyên gợi chuyện:

– Được con nào chưa bác?

Ông già nhìn Tuyên lắc đầu. Ông nói thêm:

– Ngồi giết thời giờ mà.

Tuyên nhìn ông già hơi lâu. Chàng ngập ngừng:

– Bác cũng rảnh rang?

Ông già cười:

– Già như tôi còn làm gì được. Tôi chờ.

Tuyên nhắc lại:

– Bác cũng đang chờ.

Ông già cười thành tiếng:

– Hết rồi. Qua rồi. Còn lại bây giờ của tôi là uống rượu và chờ.

Quay sang Tuyên, ông già phân bì:

– Cậu đang ở thời sung sướng. Các cậu vào tuổi này tha hồ mà hoạt động.

Tuyên nghĩ thầm. Bác ơi! Tôi đâu có được như bác tưởng. Tôi cũng chỉ là kẻ đang chờ như bác mà thôi. Có khác là bác chưa biết rõ "mức đến" của mình, còn tôi, tôi đã được biết trước. Như vậy sự chờ đợi của tôi còn nôn nả hơn, còn cực nhọc hơn bác nhiều lắm. Tuyên hỏi:

– Bác nói là tuổi thanh niên sung sướng?

Ông già nhướng mắt:

– Chứ sao. Hồi xưa bằng tuổi cậu, tôi giang hồ ghê lắm. Muốn làm gì thì làm, muốn đi đâu thì đi. Và làm gì cũng được. Vậy mà quay đi quay lại già lúc nào không hay. Bây giờ thì chỉ còn cách thả mồi xuống nước hoặc uống rượu cho qua ngày.

Tuyên ngập ngừng:

– Vậy mà sao tôi chẳng thấy sung sướng gì cả hả bác. Ông gì hít hà trong miệng, ông vẫn có nụ cười thật tươi:

– Có thể lắm. Tại vì các cậu bây giờ hình như băn khoăn nhiều hơn, thắc mắc nhiều hơn. Các cậu có những ý nghĩ kỳ cục.

Thằng con tôi cũng vậy, nó chống tất cả, nó chửi tất cả, nó bất bình tất cả. Không ai làm nó hài lòng.

Nó còn chê tôi đủ thứ. Ừ mà nó nói cũng đúng. Nhưng mà tôi sướng, nó khổ. Ý thức mà khổ là điều dĩ nhiên. Cậu hình như, hà hà, cậu hình như giống thằng cả nhà tôi. Khó hiểu thật.

Tuyên lẩm bẩm:

– Bác không biết chứ tôi bị nhiều thứ ray rứt lắm. Tôi cũng chỉ là kẻ chờ đợi như bác.

Ông già cười phá lên:

– Ông cụ non nữa. Các cậu chán đời ngay từ lúc còn trẻ.

Tuyên lắc đầu:

– Bác chẳng hiểu được đâu. Tôi đang tính nhào đại xuống biển cho rồi.

Ông già tặc lưỡi:

– Tầm bậy! Lại nói tầm bậy nữa. Tôi đã bảo tuổi các cậu là đủ thứ lộn xộn mà.

Tuyên đưa tay về phía ông già:

– Bác cho tôi cầm cần câu một lát.

Ông già cười dễ dãi đưa chiếc cần câu cho Tuyên. Ông nói:

– Kiên nhẫn nhé. Phải kiên nhẫn mới được. Cái gì cũng vậy. Câu cá còn phải hơn thế nữa.

Tuyên cầm chiếc cần câu rà rà. Gió biển như đẩy chiếc cần tre trên tay chàng, Tuyên hỏi:

– Độ bao lâu nó mới cắn câu bác?

Ông già cười hiền:

– Cái rắc rối chính là mình cứ thắc mắc lúc nào nó sẽ đến. Làm sao biết được. Có nhiều cái không tùy thuộc ở mình, trường hợp đó mình chỉ có cách tạo điều kiện thuận lợi rồi ngồi chờ mà thôi. Cậu hình như cũng đang chờ đợi một điều gì.

Tuyên hớn hở:

– Sao bác biết. Tôi quả có chờ đợi thiệt.

Ông già móc bao thuốc đen châm hút:

– Nói vậy chứ tôi chỉ đoán. Vả lại ai mà không là chờ đợi. Mỗi người đều mang hy vọng nào đó chứ.

Tuyên nhấc cần câu lên khỏi mặt nước, chàng với tay kéo lưỡi câu về gần xem xét lại mồi. Chàng thả xuống nước lại rồi mới nói:

– Riêng trường hợp tôi thì trái lại bác ạ, tôi đang chờ đợi một thảm họa.

Ông già tỏ vẻ ngạc nhiên, Tuyên tiếp:

– Tôi đang chờ đến ngày cuối cùng của đời mình. Cái kỳ hẹn càng ngày càng gần tới.

Tuyên kể cho ông già nghe về bịnh tình của chàng. Ông già cười ngất:

– Tầm bậy, ai bảo cậu bệnh đó không chữa được. Sai bét. Bịnh đó còn dễ chữa trị hơn bịnh phổi nữa là khác. Cậu đừng thất vọng. Cậu nên đi đến thầy thuốc xin điều trị đi.

Tuyên khăng khăng quả quyết:

– Bác đừng an ủi tôi, nhiều người cũng đã an ủi tôi như thế. Người thầy thuốc khám bệnh cho tôi là một người có bảo đảm, có thẩm quyền. Ông ta đã nói chắc cái kỳ hạn khốc liệt đó.

Ông già thở khói:

– Cậu bị đầu độc thật rồi. Tôi cũng không bảo đảm là thứ bịnh đó không có gì nguy hiểm đâu. Cậu nên tin như thế và đi chữa trị. Thảo nào tôi thấy cậu như một kẻ đã sẵn sàng, cậu không cần gì nữa hết.

Tuyên nói:

– Nhiều lúc tôi còn mong cho nó đến sớm, cũng như lúc này, tôi mong cho con cá nào đó cắn câu vậy.

Ông già lắc đầu:

– Cậu mong cũng chẳng được. Bởi vì những sự ấy không tùy thuộc nơi cậu.

Tuyên thắc mắc:

– Theo bác thì chúng ta còn gì để tùy thuộc mình? Ông già suy nghĩ rồi nói:

– Không còn gì. Mọi sự đều tùy thuộc kẻ khác, ngoại trừ cách sống của mình mà thôi.

Tuyên phụ họa:

– Tôi nghĩ chỉ còn mỗi một cách làm cho mình còn có cảm tưởng là mình có quyền bằng cách dựng đứng lên một chuyện, mình bịa ra một sự gì đó ngoài cái biết của kẻ khác. Xong rồi đến một lúc nào đó mình "định" về sự sống mình. Điều cuối cùng này tôi thấy hình như khó. Ít ai dám "định" về mình. Tôi cũng thế, tôi thấy hồi hộp và run sợ khi nghĩ đến điều đó.

Ông già gật gù:

– Khó lắm chứ. Dễ gì ai cũng làm được điều đó. Nhưng mà sao các cậu không sống như chúng tôi. Tuổi trẻ mình làm việc thật hăng hái, thật hết mình, khi về già mình rỉ rả chờ đợi đến phiên.

Tuyên lại phân bua:

– Bác quên là tôi đã bị bịnh đoạt ở cái mức cuối cùng sao. Khi được thông báo trước cái ngày đó, làm sao tôi hăng hái như bác hồi xưa, làm sao tôi bình tĩnh được như kẻ khác. Và tôi cũng làm gì còn có được tuổi già như bác.

Ông già tức tối. Ông nhặt một vỏ ốc ném mạnh xuống biển:

– Tôi đã nói sao cậu không nghe. Không có gì nguy hiểm chết chóc cả. Có thuốc trị được bịnh của cậu. Cậu hãy hăng hái lo việc đó đi.

Tuyên nhe răng cười, chàng chợt khựng lại khi thấy sợi cước trì xuống nặng trĩu, chàng rối rít:

– Hình như có cá cắn câu, bác.

Ông già cầm lấy chiếc cần câu Tuyên trao cho. Ông ta rà rà và lắng nghe. Một nụ cười hớn hở trên môi ông. Ông già nói:

– Đúng hắn rồi.

Tuyên ngơ ngác.

– Đúng gì hả bác?

Ông già hất cằm ra phía biển:

– Đúng con cá. Cậu hay thiệt. Tôi chờ mãi nó không

tới, cậu mới cầm cần nó mắc liền. Chà con cá này khá lắm đây.

Nói xong ông già kéo mạnh cần cậu nhưng sợi cước đu lại. Ông già hà hà:

– Mắc rồi. Sức mấy con thoát khỏi. Một lúc nào đó con phải đến số chứ. Chẳng ai cãi lại được. Ta chỉ là kẻ giải quyết vấn đề đó hộ con.

Tuyên ái ngại:

– Phải cá biển hễ lên khỏi mặt nước là hết sống phải không bác.

Ông già gật đầu:

– Nó là giống ở nước mặn mà. Cá sống ở nước mặn chỉ được quanh quẩn trong cái đại dương đó thôi. Ra khỏi là rồi.

Tuyên nói:

– Hay là bác thử làm ngược lại số mạng cho con cá xem sao?

Ông già nhướng mắt nhìn Tuyên, ông tỏ ý không hiểu. Tuyên tiếp:

– Đáng lẽ thì con cá này đến số. Nhưng bác tha cho nó.

Ông già tỏ ra hiểu ý Tuyên:

– Cậu muốn nói tôi không nên lôi nó ra khỏi nước?

Tuyên vung tay:

– Lúc nãy bác nói không còn gì thuộc về mình. Bây giờ tôi nghĩ bác nên làm một cử chỉ tỏ ra là bác có quyền về một sinh vật khác. Bác kéo dài sự sống cho con cá kia. Bác cắt sợi cước thả cho con cá đi luôn.

Ông già nghe nói vậy cười ha hả, ông đổi tay cầm cần câu thật vui vẻ:

– Cậu nói giỡn sao. Công tôi chờ đã mấy tiếng đồng hồ, bây giờ cậu đòi thả ra, thả ra vì một cái lý luận rất là lẩm cẩm. Rồi trưa nay lấy gì làm đồ nhậu. Hà hà, con cá này mà nấu canh chua và chiên bơ thì nhất. Cậu có rảnh không, đi với tôi.

Tuyên nhăn nhó:

– Nhậu làm mẹ gì. Tôi nghĩ bác nên có một hành động ý nghĩa.

Ông già nhìn Tuyên chăm chú, ông cố tìm tòi xem bên trong đầu óc Tuyên nghĩ gì. Thấy Tuyên đang nhìn xuống con cá quẫy với làn nước, ông già tặc lưỡi kéo cho con cá gần vào bờ. Nhìn bóng dáng con cá quằn quại thấp thoáng dưới làn nước, ông nói nhỏ một mình:

– Còn lâu mới thoát ra được con ạ. Mày bự lắm, khỏe lắm, hà hà, cứ quẫy đi cho mệt rồi ta sẽ kéo lên. Thôi, số kiếp của mày đã đến. Ta đâu có chọn mi, chính mi đã chọn con mồi và chiếc lưỡi câu đó, hà hà tại mi hết, ta không có trách nhiệm gì về sự đó, mà thả mi ra làm sao hợp lý của một kẻ đi câu. Và ta cũng đang cần, ta cần phải bắt được một thứ gì đó, ta chờ từ lâu để mong có lúc này, vậy thì ráng lên con, quẫy nữa đi rồi ta sẽ kéo lên. Mẹ cóc, nồi canh chua có dứa chín, có măng, có rau ngổ đủ thứ hết, phải biết, bắp chuối hay củ chuối thái nhỏ nữa, nhất rồi, ta còn một chai rượu và mấy tay bạn nhậu. Ta sẽ kể cho bọn họ nghe công trình của ta, thú vị, thật thú vị. Ê, cậu bạn trẻ của tôi cậu nhập cuộc với tụi tôi chứ?

Tuyên bần thần nhìn xuống chỗ sợi cước ngập sâu dưới nước. Chàng không nói không rằng. Chàng như không nghe những lời nói của ông già, chàng đang mong cho sợi cước mong manh kia bị đứt.

Ừ mà nếu sợi cước đứt được. Con cá sẽ thoát chết, ông già sẽ tiếc rẻ nhưng Tuyên sẽ hài lòng. Có thể đứt lắm chứ. Sợi cước thật nhỏ bé và trong vắt. Con cá lại to. Ông già cũng cố trì kéo, đứt là phải. Một cách giải quyết êm đẹp nhất, ông già có tiếc cũng không trách cứ gì được, vì đó là số mạng con cá, Tuyên cứ nhìn và cứ chờ như vậy. Chợt ông già lại lên tiếng:

– Chắc cậu đang mong cho con cá thoát khỏi. Cậu chờ cho sợi cước kia đứt chăng? Còn lâu. Cước tốt lắm, con cá to bằng hai cũng chẳng đứt được. Số mạng đã được định thì có cố gắng cũng thế mà thôi.

Tuyên cáu kỉnh nói với ông già:

– Vậy sao lúc nẫy bác khuyên tôi đi chữa chạy với thầy thuốc. Bác còn an ủi tôi rằng bịnh có thể khỏi được.

Ông già chỉ một tay vào Tuyên:

– Mà cậu có bị lưỡi câu nào móc đâu?

Tuyên cãi:

– Có chứ sao không. Tôi thấy có hàng trăm, hàng ngàn lưỡi câu móc vào tôi.

Ông già lắc đầu, ông ta quay hẳn ra phía con cá, ông ta cúi xuống xắn hai ống quần lên cao, lội xuống nước một chút, ông với một tay cầm chiếc vợt con cá đã quần quần gần nơi chân ông. Tuyên cũng lội xuống với ông già. Chàng đứng ngay cạnh ông ta:

– Bác nhấc định sao?

Ông già nói như reo giữa tiếng quẫy của con cá:

– Trường hợp như tôi ai cũng làm thế cả. Cậu ước lượng con cá nặng mấy kí.

Tuyên lại hỏi:

– Cả cuộc đời bác không dám làm một chuyện gì sao.

Ông già trả lời Tuyên trong lúc vẫn chăm chú quần quật với con cá:

– Việc lớn theo tôi là gồm tất cả sự chu toàn bình thường lại. Anh hùng cũng chỉ là những kẻ làm đủ bổn phận mình trong sự may mắn.

Tuyên nói như hét:

– Như vậy là bác sẽ khổ. Sẽ chẳng có dịp nào bác còn có quyền hành cả, bởi bác cũng chỉ như kẻ khác.

Ông già gật gù cười ha hả. Một tay ông nhắc mạnh cần câu lên, một tay ông cầm chiếc vợt vớt con cá.

Ông lội bì bõm lôi con cá mang lên triền cát. Tuyên cúi xuống nhìn. Một con cá độ chừng hai kí. Ông già trịnh trọng móc trong túi câu ra một chiếc kìm nhỏ. Ông cẩn thận cắt cái mẩu nhọn như chiếc kim lớn nơi đầu con cá. Ông nhón tay cầm liệng cái kim nhọn đó xuống nước. Xong ông ta mới cầm sợi cước xách con cá giơ cao lên xem xét. Tuyên nhìn vẻ mặt hớn hở của ông ta mà phát ghét. Chàng ra ngồi nơi mỏm đá lúc nãy. Thế là rồi. Sẽ chẳng có ai cứu vãn được nữa.

Ông ta đã quyết định: Con cá sẽ trở thành những món nhậu. Nó sẽ vĩnh viễn hết là một sinh vật. Tuyên rùng mình. Ông già loay hoay trên khoảng cát khô vẫy gọi Tuyên:

– Con cá này có chiếc kim độc lắm, tôi cắt bỏ liệng đi xong rồi. Vô phúc cho ai dẫm phải sẽ thối thịt, thối da cho mà coi.

Ông ta xách con cá đến chỗ Tuyên, ông vẫn tiếp tục nói về cái kim của con cá:

– Cậu biết tại sao tôi phải vứt nó xuống nước không. Nguy hiểm lắm. Vứt bậy bạ ở trên lỡ có bà *hoạn thư* nào lượm được bà ta làm bùa ếm ghen với tình địch, người kia dám bị thối tha ở cửa mình đến chết.

Tuyên xua tay tỏ vẻ không muốn nghe, chàng nói:

– Bây giờ thì vấn đề hết rồi. Bác mang con cá về nhà làm món nhậu cho sớm. Tình thế bây giờ hoàn toàn đã đổi khác. Thôi cũng đành. Bây giờ mới chính là lúc không ai làm được gì nữa, ngoại trừ bác. Ngoại trừ phần việc nhậu nhẹt của bác.

Ông già gật gù:

– Cậu nói đúng. Bây giờ tôi mới thấy cậu thực tế. Nào chúng ta đi. Tôi mời cậu nhập bọn với chúng tôi. Tôi thấy cậu cũng hay hay, nói chuyện với cậu có hơi bực mình nhưng nhiều lúc cũng thú vị. Tôi mời cậu về nhà tôi làm vài ly.

Tuyên lắc đầu:

– Tôi không biết uống rượu. Cám ơn bác. Tôi cũng không muốn tham dự vào cuộc ám sát này. Tôi vô tội.

Ông già nhìn Tuyên ái ngại rồi nhún vai bỏ đi. Còn một mình Tuyên ngồi thừ nhìn đám cát bị cầy xới bởi những bước chân ông già. Mặt nước đã lại trở về tình trạng ào ạt cũ, không còn dấu vết gì của con cá vừa bị lôi lên.

Có tiếng vợ chồng người bạn gọi Tuyên từ trên cao. Tuyên ngó lên, họ dắt tay nhau đứng đợi Tuyên trên đó. Người đàn bà vẫy vẫy gọi Tuyên.

Tuyên lồm cồm bò lên sườn đá. Lên tới nơi. Tuyên đứng thở hắt ra vì mệt. Người đàn bà nheo mắt nói:

– Anh làm gì ngồi một mình dưới đó?

Tuyên ngoái cổ lại nhìn xuống phía dưới:

– Tôi… mặc niệm.

Người đàn bà lay lay tay chồng hỏi Tuyên:

– Mặc niệm? Mà mặc niệm ai vậy?

Tuyên đi song song theo vợ chồng người bạn:

– Mặc niệm… con cá.

Vợ chồng người bạn cùng cười phá lên:

– Ông này khùng thật rồi. Hiện nay mỗi ngày có bao nhiêu người chết. Chiến sĩ, anh hùng cũng có mà nạn nhân vô tội cũng có, ông không một lời ghi ơn hay nhớ tiếc, ông mò ra bờ biển vắng, một mình mặc niệm xác một con cá chết trôi.

Tuyên cãi:

– Không phải con cá chết trôi. Con cá chết vì bị người ta ám sát. Tôi mặc niệm một sự sống bị chấm dứt. Tôi cũng mặc niệm tôi luôn.

Người đàn bà đi giữa bám lấy vai chồng như đánh đu

– Anh thấy ông Tuyên đột nhiên đặc biệt để ý đến loài cá. Hình như ông ta đã yêu cá.

Đi thêm mấy bước người đàn bà quay sang Tuyên tiếp:

– Tôi thấy anh yêu cá từ lúc anh gặp cháu của anh.

Tuyên ngơ ngác:

– Gặp cháu nào đâu?

Người đàn bà bĩu môi:

– Làm bộ quên nữa. Cô Thược gì đó.

Tuyên lắc đầu:

– Không. Không có Thược nào cả. Cũng không có cháu nào cả. Hoàn toàn không có ai cả. Chị đừng nhắc đến nữa.

Ba người ra tới đường nhựa, chiếc khăn tắm trên vai người đàn bà rơi xuống. Tuyên quay lại lượm lên, đưa trả lại cho người đàn ông, anh bạn cầm lấy quàng lại trên vai vợ, ba người đi chầm chậm về nhà.

Người đàn bà lại hỏi:

– Sao lại đừng nhắc tới, dù sao cô ấy cũng là một nhân vật.

Tuyên búng tay:

– Tôi nói không có là không có. Chẳng Thược mà cũng chẳng có ai cả.

Người đàn bà hỏi nhỏ:

– Mà phải anh yêu loài cá rồi không?

Tuyên ngập ngừng:

– Tôi quí loài cá bởi vì tôi cũng chỉ như thế mà thôi.

Ba người về tới nhà. Người đàn bà chạy nhảy tung tăng trên thềm đá. Người chồng đứng trước thềm nhà nhìn theo:

– Đi vào tắm rồi mặc đồ vào chứ em. Mặc áo tắm phải phơi nắng hoài vậy sao?

Người vợ nhí nhảnh:

– Bộ anh không thích em mặc áo tắm sao?

Người đàn ông dậm chân:

– Coi chừng té xuống dưới kia gẫy chân ạ.

Người đàn bà vươn vai ra chiều thú vị:

– Ngã xuống là đi đời chứ gãy chân thôi sao. Anh thích em chết luôn hay anh thích em chỉ bị gãy chân, gãy tay và tàn tật?

Người chồng bước ra chỗ vợ nói như ra lệnh:

– Nói tầm bậy hoài. Ra đây anh bế vào trong nhà.

Người đàn bà nhoẻn miệng cười. Nàng sà người xuống lọt thỏm trong vòng tay chồng. Người đàn ông bồng vợ đi vào nhà. Tuyên ngó theo lẩm bẩm:

– Chúng nó hạnh phúc vậy mà không có con, thật tội nghiệp. Mà đứa nào trông cũng khỏe mạnh, sức lực cả. Trong khi nhiều cặp vợ chồng ốm nhom, ốm nhách thì lại đẻ xồn xồn ra một lũ nhỏ nheo nhóc thật cực.

Tuyên ngó tới ngó lui khoảng sân vắng. Chàng chỉ còn một mình đứng đây. Vợ chồng người bạn đã bế nhau vào trong phòng đóng kín cửa. Tuyên không biết phải làm gì. Thật chàng chẳng biết phải làm gì lúc này, Tuyên tự hỏi thế. Có một cách nào để giải quyết không? Tôi sẽ làm gì trong khoảng thời gian bỏ trống còn lại? Tôi có là một phiến đá xếp vào nhau kia? Tôi có là con cá đến phiên, có là cây cối đã ngấm thuốc khai quang, có là người già trong viện dưỡng lão? Tôi thật chẳng biết mình là gì nữa.

Tôi ngồi phịch xuống thềm cửa. Còn nỗi cô đơn nào hơn, còn sự tuyệt vọng nào bằng. Tôi đang ngồi trên một con thuyền đầy nước không thể tát cạn mà cũng chẳng thể nhảy xuống bơi vào bờ. Thềm đá dưới chân tôi cũng bồng bềnh như đang trôi đi! Tôi quơ tay sờ mép. Làn da nhờn nhờn nhớp nhúa và nham nhám những cát bụi. Đưa tay quẹt miệng. Một chất mằn mặn khiến tôi thấy kinh tởm buồn nôn. Xác thân này còn sống hay đã trương thối mục nát. Tay chân này quờ quạng do sự điều khiển của chính mình hay là do làn gió đưa đẩy như những cành cây đang lung lay kia. Tôi ôm mặt và muốn khóc.

Tôi muốn thét to lên để mọi người nào đó phải xúm đến chứng thực rằng tôi còn tôi. Vợ chồng thằng bạn phải bỏ cuộc chạy ra xem lại tôi, hỏi han tôi, nhìn nhận tôi. Có ai không? Có ai tới không để tôi khỏi la hét kêu gào.

Chẳng có gì cả. Căn nhà hoàn toàn vắng vẻ. Gió biển vẫn ù ù bất tận. Tuyên nằm lăn ra thềm nhà. Từ cổ họng chàng phát ra những tiếng rên hừ hừ như sắp chết.

Khi vợ chồng người bạn bảo về Sài Gòn, Tuyên lại kèo nhèo:

– Về làm gì? Sài Gòn cũng thế mà đây cũng vậy. Thay đổi làm chi cho mệt.

Người chồng trả lời Tuyên:

– Về cho tụi tớ đi làm chứ, hết phép rồi còn gì.

Người vợ ái ngại nhìn Tuyên:

– Bây giờ anh lại thích ở đây sao? Mấy ngày qua tôi thấy anh tỏ vẻ chán nản, nằm ù lì trong phòng, nét mặt rầu rĩ. Ăn uống, ngủ nghê, đi dạo việc gì cũng phải hối thúc năm bẩy lần anh mới miễn cưỡng làm theo. Tôi tưởng anh không thích ở đây.

Tuyên chậm rãi:

– Ở đâu cũng vậy thôi. Chỗ nào hình như cũng đều chẳng phải là của tôi.

Người đàn ông tặc lưỡi:

– Đúng. Cả mặt đất này không có chỗ nào cho cậu cả. "*Chỗ của cậu là ở*"…

Người vợ ngắt lời chồng:

– Chỗ của anh là ở cung trăng, ở thiên thai hay ít ra cũng ở một đỉnh núi nào đó.

Người chồng bá vai vợ kéo sát vào mình:

– Em nói trật lất hết. Chỗ của ổng không phải trên mặt đất mà cũng chẳng ở trên cung trăng, chỗ của "*người*" phải nằm sâu dưới ba thước đất.

Người vợ huých nhẹ khuỷu tay vào bụng chồng. Tuyên thì nhe răng cười:

– Cha này nó chỉ mong cho tôi chết đi. Tệ bạc thật. Nhưng tôi báo cho cậu biết cậu khỏi phải mong. Điều đó đã được ấn định.

Người đàn bà nghe Tuyên nhắc lại chuyện cũ, nàng xịu mặt buồn:

– Nếu vậy anh càng phải về Sài Gòn ngay. Kỳ này chúng tôi nhất định bắt anh phải đến y sĩ chữa bệnh cho anh, chúng tôi nhất định bắt anh phải theo cho đến cùng. Nếu không giải quyết vấn đề đó nó sẽ ám ảnh anh và rồi sẽ trở thành một kẻ tự kỷ ám thị, mặc cảm cùng mình. Bệnh tình nó không làm anh chết nhưng chính nỗi ám ảnh đó sẽ làm mòn mỏi anh, nó sẽ hành hạ anh và chính sự đó mới có thể làm anh chết được. Anh phải được giải thoát khỏi cái vòng vây trùng điệp đó. Anh phải được trở lại đời sống bình thường của một người khỏe mạnh. Anh nên nghe tụi tôi.

Tuyên lơ đãng, chàng im lặng, khoảng vắng sau câu nói của người đàn bà:

– Nào nghe ra chưa, thưa ngài. Mời ngài sửa soạn đi về.

Tuyên nhăn nhó:

– Mệt quá. Đi tới đi lui hoài rắc rối thấy mẹ.

Nhưng rồi Tuyên cũng đứng dậy. Chàng cuốn mấy chiếc quần áo vất bừa bãi trên giường nhét vào cặp, vài ba cuốn sách cặp vào nách, xong Tuyên nói:

– Nào thì đi, nào thì về. Về kỳ này không đi đâu nữa nghe. Lôi thôi quá.

Vợ chồng người bạn bật cười, Tuyên hối hả:

– Đi thì đi chứ còn đứng đó cười sao.

Người đàn bà kéo chồng ra khỏi buồng Tuyên:

– Anh chờ tụi tôi sửa soạn đã chứ. Đồ đạc quần áo còn bừa bãi ở bên kia.

Tuyên ném cái cặp trên giường, chàng thả người nằm xuống đệm, miệng lẩm bẩm:

– Vậy mà hối như giặc. Đi thì đi, ở thì ở, chờ đợi mất công lôi thôi quá.

Thế rồi Tuyên lại nhắm mắt. Một lúc sau vợ chồng người bạn lục tục dọn đồ ra xe, họ cất tiếng gọi Tuyên nhưng không nghe trả lời. Họ trở vào phòng thấy Tuyên nằm nhắm mắt. Người đàn bà lay lay vai Tuyên, chàng mở choàng mắt ngồi nhổm dậy. Tuyên quơ tay cầm chiếc cặp chạy ra cửa, vợ chồng người bạn đi theo sau, Tuyên hối thúc:

– Ra xe nhanh lên chứ.

Người đàn bà lật đật chạy theo, người chồng nói đùa:

– Em ra xe nhanh lên kẻo ông Tuyên ông ấy thay đổi ý định thì phiền lắm. Chạy đua với ý muốn của ông ấy cũng mệt thật.

Chiếc xe chuyển bánh rồi người đàn bà mới thở phào:

– Vất vả quá. Em suýt bị văng mất chiếc giày, đầu gối lại đụng vào cửa xe bầm lên đây nè.

Tuyên ngồi phía băng sau nói lên:

– Các cậu vất vả về tôi như vậy sao các cậu không đuổi phắt ra khỏi nhà còn chứa chấp tôi làm gì cho mệt.

Người đàn bà xoa xoa bàn tay trên đầu gối:

– Không những không đuổi anh mà còn nài nỉ anh ở lại nữa. Anh có thấy như thế không?

Tuyên gật đầu:

– Lạ thật. Vậy thì tại sao?

Ngươi đàn ông nói thay vợ:

– Tại vì nhà vắng vẻ muốn thêm một người mà nếu người đó bình thường, căn nhà cũng vẫn chưa vui, người ta nói cần một người khùng khùng cho thêm hào hứng.

Người vợ nói tiếp chồng:

– Anh là người bạn tốt. Chúng tôi cần những bạn tốt.

Tuyên nói:

– Biết tôi có tốt không hay cũng chỉ là một kẻ rất nhiều thói xấu. Đã có người coi tôi là kẻ không ra gì.

Người đàn bà ngả đầu vào vai chồng:

– Vợ chồng tôi không nghĩ thế. Và rất quí anh.

Tuyên nói như nói một mình:

– Cũng lạ thật. Tại sao tôi lại không biết tự trọng, không dang ra cho các bạn rảnh rang, không bớt làm phiền các cậu để các cậu được thư thái, tôi chỉ làm bận rộn các cậu, chỉ làm rắc rối cho các cậu. Có lẽ đã đến lúc tôi phải chấm dứt. Về Sài Gòn kỳ này tôi đi kiếm chỗ khác ở mới được.

Người đàn ông nói lớn:

– Đừng có lộn xộn nghe bạn.

Người đàn bà cũng tiếp lời:

– Anh đừng có phụ lòng chúng tôi.

Tuyên ngồi yên. Chàng thừ người ra suy nghĩ. Lát sau Tuyên nói:

– Ngủ một giấc cho khỏe. Không thèm nghĩ ngợi gì nữa. Các cậu muốn đưa tôi đi đâu thì đưa. Đến lúc nào xuống xe thì kêu tôi dậy. Ta hãy cứ coi như cuộc đời ta không do ta điều khiển, trôi nổi, bồng bềnh, hà hà, ta giao cho vợ chồng các cậu điều khiển, quản trị đời ta. Toàn quyền, hiểu chưa? Ta ngủ đây, ta cần ngủ, để quên mình là mình…

Vợ chồng người bạn cùng ngó nhanh lại phía sau. Tuyên nằm ngoẹo đầu trên thành ghế, họ để mặc cho Tuyên ngủ…

Xe chạy được nửa đường Tuyên mới thức dậy, chàng hỏi vội:

– Vũng Tàu cũng có nhiều cái lạ hé.

Vợ chồng người bạn cùng ngó lại, họ im lặng chờ đợi một biến cố gì đó Tuyên sắp bật ra. Hình như Tuyên cũng nhận ra được điều đó qua vẻ ngỡ ngàng của vợ chồng người bạn, chàng bật cười:

– Trông vợ chồng mày ngơ ngơ ngáo ngáo tức cười quá. Tôi muốn nói đến cái vô lý của Vũng tàu, một thành phố hết sức lạ lùng. Một thành phố không chiến tranh trên một xứ sở đang diễn ra cuộc chiến ác liệt nhất. Một thành phố có những lô cốt, những công sự phòng thủ trống trong khi nơi khác đang thiếu những thứ đó che chở. Một thành phố dành cho những người không phải ở đây hưởng thụ. Một thành phố không phải của chúng mình, không phải của tôi.

Người đàn ông hỏi:

– Chờ cho đến lúc rời khỏi nơi đó, và phải qua một giấc ngủ, cậu mới thấy như thế sao?

Tuyên ầm ừ rồi lại nằm xuống, chàng nhắm mắt như ngủ tiếp. Vợ chồng người bạn lại bỏ mặc Tuyên ở phía sau một mình. Họ cùng nhìn về phía con đường trải ra hướng trước mặt.

Về tới Sài Gòn, mỗi người đều về phòng riêng của mình, mãi sáng hôm sau họ mới gặp nhau lại. Vợ chồng người bạn nhất định dẫn Tuyên tới một y sĩ nổi danh về bệnh lao ở Phú Nhuận. Tuyên lầm lũi đi theo. Y sĩ sau khi coi bệnh bàn cho Tuyên đi thử nước tủy xương sống. Ông y sĩ còn bắt Tuyên đi thử nhiều thứ nữa, Ông cũng hỏi Tuyên thật tỉ mỉ về đời sống và "quá trình" bệnh tật của chàng. Có bị bịnh phong tình bao giờ không? Mấy lần? Chữa chạy ra làm sao? Giòng họ trước kia có ai bị mất trí, bị lao, bị bại hay các bệnh hiểm nghèo nào khác? Chàng có con cái với ai chưa? Chàng có khỏe mạnh không? Tuyên trả lời một hồi những câu hỏi của ông y sĩ, nhiều lúc chàng đã luýnh quýnh, nhiều lúc chàng đã phải cố gắng gợi lại ký ức xa xưa, cũng có lúc chàng phải gọi vợ chồng người bạn để hỏi lại. Như lúc ông bác sĩ hỏi Tuyên có con cái gì chưa. Tuyên phải kêu vợ chồng người bạn nghĩ hộ. Họ cười nói:

– Anh có con cái gì chưa thì chỉ có anh biết được, chứ chúng tôi làm sao biết.

Tuyên ưu tư:

– Tôi cũng chẳng biết nữa. Ông bác sĩ này hỏi bất ngờ quá. Tôi chẳng thể trả lời được. Có thể chưa mà cũng có thể đã. Bây giờ phải làm sao đây.

Ông bác sĩ gật đầu cười mỉm, Tuyên hỏi:

– Mà bác sĩ hỏi vậy làm gì? Có cần thiết lắm không?

Câu hỏi của bác sĩ là để tìm dữ kiện cho công cuộc tìm bịnh hay chỉ là một thứ phụ đề, như những chi tiết ngoại cảnh cho công việc bớt buồn tẻ.

Ông y sĩ vỗ vai Tuyên:

– Ông nói thế cũng phải, nhưng những chi tiết đó nhiều khi cũng cung cấp cho tôi nhiều điều quí. Tôi nói ví du nếu như ông đã có một đứa con mà chẳng may đứa con đó hiện đang ở trong tình trạng yếu kém, và có bịnh nào đó. Nếu như vậy, tôi cần phải xét tới. Công việc này là sẽ đi ngược trở lại từ bịnh của đứa nhỏ lần lần về tới bịnh của ông.

Tuyên gật gù, vợ chồng người bạn cười hối:

– Quan trọng lắm anh thấy không? Vậy anh phải nói thật, anh có con cái gửi ở đâu phải nói ra cho bác sĩ biết.

Người đàn bà dỗ dành:

– Dám có lắm ạ. Anh Tuyên, anh nói đi tụi tôi sẽ đến lãnh cháu nó về nuôi nấng săn sóc cho. Tôi sẽ coi nó như con tôi.

Tuyên cáu kỉnh:

– Cứ làm như tôi đã dấu diếm không bằng. Nếu có, tôi đã nói ra rồi và nếu có con tôi đã nuôi nấng nó tử tế. Cái khỉ là tôi không thể biết được có hay không. Vấn đề đặt ra làm tôi chóng mặt quá.

Ông y sĩ lại vỗ về:

– Không sao. Nếu có thì tôi sẽ xét tới, nếu không biết thì thôi. Có gì quan trọng đâu. Để tôi coi tiếp tục…

Tuyên ngắt lời người y sĩ:

– Với bác sĩ thì như vậy nhưng riêng đối với tôi nó đã đẻ ra một vấn đề lớn. Từ hồi nào tới giờ tôi không nghĩ tới điều đó và tôi vẫn cứ tưởng là tôi chỉ có tôi. Bây giờ tôi đâm hoài nghi. Có thể đã có một tôi khác mà tôi phải trách nhiệm nhưng tôi đã không biết. Có lẽ phải đi tìm. Phải đi tìm mới được.

Ông y sĩ đặt ống nghe lên ngực Tuyên chộp chộp:

– Ông sẽ đi tìm sau nếu ông thấy cần, bây giờ mình tiếp tục công việc đang bỏ dở.

Tuyên ngồi yên nhưng chàng đang nghĩ đâu đâu. Người đàn bà lên tiếng:

– Anh có thấy trường hợp nào anh nghi ngờ anh đã có con không? Anh thử cố nghĩ lại xem. Nếu có chúng tôi sẽ giúp anh đi tìm. Mình sẽ lãnh đứa nhỏ về. Con anh cũng như con chúng tôi. Tôi sẽ quí nó, thương nó còn hơn là... anh thương anh quí nó vậy.

Tuyên muốn hét lên, nhưng rồi chàng chỉ rên rỉ:

– Thôi đừng nói nữa, để cho ông y sĩ làm việc.

Người chồng kéo vợ ra phòng đợi. Còn một mình. Tuyên thẫn thờ mặc cho ông y sĩ xem xét chàng.

Sau bữa đó về, Tuyên lại càng im lìm hơn. Chàng đóng cửa nằm trên giường ngủ vùi chán Tuyên lại ngồi thừ người ra nhìn lên trần nhà. Vợ chồng người bạn sau những giờ đi làm, họ thấy Tuyên tránh mặt như thế cũng chẳng lấy làm phiền chàng. Một bữa cơm Tuyên có hỏi họ:

– Ê các cậu có thấy trẻ con chính là hình ảnh đẹp nhất không?

Người đàn bà đang nhai, nghe Tuyên nói cũng phải ngừng lại, thế là câu chuyện lại đề cập tới vấn đề con cái. Nàng hỏi Tuyên:

– Anh thừa biết là vợ chồng tôi đang rất mong mỏi thèm muốn có con. Còn anh, anh có thích có con không?

Tuyên chậm rãi:

– Tôi không biết tôi có thích hay không. Nhưng tôi mới nhận thấy rằng trẻ thơ là thứ quí hóa nhất. Trẻ thơ cần phải được nuôi dưỡng bao bọc. Trẻ thơ cần phải được dạy dỗ săn sóc. Nếu người nào thiếu cái bổn phận đó với trẻ thơ thì đó là lỗi lầm đáng trách nhất. Con cái mình chính là mình vậy.

Nhưng mình có thể không quan tâm tới mình chứ không được quyền không quan tâm tới những gì do mình tạo ra. Tôi đang tự hỏi rằng tôi có thiếu sót nào không? Tôi có trách nhiệm nào chưa nhận lãnh không? Chỉ còn vài năm nữa tôi sẽ chết, điều đó lại càng khiến cho tôi băn khoăn tới những liên hệ với mình.

Người đàn bà đưa ý kiến:

– Nghĩa là anh đang lo nghĩ tới một vấn đề tình cờ do ông bác sĩ đặt ra. Anh đang lo lắng không phải đến sức khỏe của anh mà lo lắng tới một thứ sức khỏe anh đã chia sớt ra. Tôi nghĩ rằng nếu như cuộc sống trước kia của anh có những trường hợp mà bây giờ anh nghĩ là có thể đã cho anh một đứa con, tôi đề nghị anh hãy cùng chúng tôi đi tìm. Chúng ta thử đi dò hỏi xem. Điều đó cũng có thể làm được. Anh sẽ lần lượt gặp lại những người đàn bà đã có liên hệ với anh từ trước đến giờ, lần lượt dò hỏi. May ra.

Tuyên ngồi lại. Chàng nhìn ra khoảng sân phía ngoài, người đàn bà tiếp:

– Tôi mong anh đã có một đứa con để cho chúng tôi. Nếu có chúng tôi sẽ nhận nó là con của mình.

Người chồng bàn thêm:

– Và khi có đứa con đó rồi, chúng tôi sẽ không cần tới anh chàng dở người này nữa, chúng tôi sẽ mời ông đi kiếm chỗ khác mà ở.

Tuyên say sưa:

– Còn lâu. Con tôi, tôi nuôi chứ. Nếu kiếm được tôi cũng mừng lắm. Tôi sẽ săn sóc nó, cho nó đi học, dẫn nó đi chơi. À, nghỉ hè tôi sẽ dẫn nó đi tắm biển ở Vũng Tàu, đếch cần đi với đứa nào, đếch cần bạn bè cháu chắt gì nữa. Tôi sẽ tập cho nó bơi, sẽ cho nó đi thăm bãi trước, bãi sau, bãi dâu, bãi giữa, sẽ thăm ô quắn, bến đá… đủ cả. Khi chúng nó lớn chắc chiến tranh không còn. Tôi sẽ chỉ cho con tôi nhìn ngắm những chiếc lô cốt bỏ hoang, sẽ nói cho nó biết công dụng của những lỗ châu mai nếu nó là con trai, sẽ chỉ cho nó nơi nào, căn nhà nào nguyên là quán rượu nếu nó là con gái. Tôi sẽ kể lại cho con tôi biết tất cả những điếm nhục của thời kỳ chúng ta bây giờ.

Người đàn bà múc canh vào chén Tuyên:

– Vậy thì anh cần phải đi kiếm gấp. Bây giờ nó ở đâu?

Tuyên quay lại:

– Ai?

Người đàn bà cười thành tiếng:

– Con anh.

Tuyên cau mặt:

– Làm sao tôi biết.

Người đàn ông xía vô câu chuyện:

– Vậy mà làm như cậu có con rồi, cậu định thế nọ, thế kia đủ thứ.

Tuyên thở dài:

– Nếu có nó ở với mình, những vấn đề lo cho nó là chuyện dễ. Cái khó chính là không biết có nó hay không, và không biết tìm nó ở đâu.

Người đàn bà trề môi:

– Chưa chắc nghe anh. Nhiều khi những chuyện anh cho là dễ nó lại rất khó và trái lại những chuyện rất khó lại là dễ. Anh cứ cố gắng đi xem.

Tuyên chợt vung tay:

– Mà giả tỷ như nó có thực, giả tỷ như tôi kiếm được nó, lúc đó tôi cũng sẽ nuôi nó, nhất định nuôi nó chứ không cho bà đâu. Con tôi mà. Dễ ai thương con tôi bằng tôi.

Người đàn bà quay sang chồng:

– Anh thấy không? Anh chẳng chịu có con có cái cho em. Ông Tuyên ông ấy chưa gì đã làm khó mình rồi. Xin mà ông ấy cũng chẳng cho.

Người chồng tắc lưỡi:

– Rồi em coi. Nếu có kiếm được hắn cũng chẳng nuôi nổi. Lúc đó hắn lại nhờ mình chứ còn ai. Em trông tướng người thế kia mà nuôi con được sao?

Tuyên cáu:

– Được chứ sao không. Nuôi mình thì khó chứ nuôi con mình ta có thể làm được. Bởi vì chúng ta không bao giờ biết ta ra sao, nhưng con ta, ta có thể nhìn thấy nó.

Người đàn ông lại nói:

– Nhưng cậu chỉ còn sống được có mấy năm nữa thì phải... *về quê* làm sao cậu được nuôi con cậu?

Tuyên chợt xịu mặt, chàng như hốt hoảng buột miệng:

– Ờ nhỉ!

Nhưng rồi Tuyên cương quyết:

– Nhưng biết đâu bịnh của tôi lại chữa được. Ông bác sĩ cũng đã chẳng nói là đừng lo ngại gì đấy thôi. Tuần sau ông ấy sẽ có thể cho biết chắc được.

Người đàn bà nhìn Tuyên, rồi liếc nhanh sang chồng mỉm cười. Tuyên vẫn nhìn xa xôi:

– Vái trời không có gì hết. Vái trời cho khỏi bịnh.

Người đàn bà phụ họa:

– Chắc không hề gì đâu anh. Nếu khỏe mạnh anh sẽ nuôi nó. Nếu anh... *về quê* chúng tôi sẽ nuôi nó thay anh.

Tuyên chợt cười khanh khách:

– Trường hợp tôi nuôi nó có nghĩa là ông bà phải nuôi cả hai cha con tôi luôn.

Người đàn bà gật đầu:

– Tôi nhận lời. Miễn là anh tìm được nó về đây.

Tuyên lẩm bẩm:

– Biết ở đâu mà tìm?

Người đàn bà khuyến khích:

– Bắt đầu anh sẽ đến nhà người tình thứ nhất.

Người chồng cười phá lên:

– Em xúi dại ông ấy tìm đến tình nhân cũ thế nào mà chẳng có con. Không có trước kia bây giờ sẽ có.

Người vợ lườm chồng:

– Anh đừng chọc anh Tuyên nữa. Để anh ấy tính toán công chuyện.

Quay sang Tuyên nàng tiếp:

– Xong rồi tới tình nhân thứ hai, thứ ba, lần lượt như thế có thể sẽ tìm thấy.

Người đàn ông lại chêm vào:

– Và cho tới người tình nhân cuối cùng. À Tuyên, người tình nhân cuối cùng của cậu là ai vậy?

Người đàn bà nghe chồng đùa giỡn cũng bị lôi cuốn vào chuyện của chàng, nàng nói theo:

– Người tình cuối cùng là cô Oanh phải không?

Tuyên đưa tay phản đối:

– Không. Không phải thế. Cô Oanh không phải là một người tình như những người tình đã được xếp hạng. Cô Oanh cũng không phải là một người tình cuối cùng, cô ấy chính là người yêu chưa tới.

Người đàn ông nhắc lại:

– Người yêu chưa tới?

Tuyên quả quyết:

– Đúng vậy và có thể chẳng bao giờ tới.

Người đàn ông quay sang vợ:

– Em có thấy như là ông Tuyên ông ấy đang… hát một bài ca ngậm ngùi nào đó không?

Người vợ nắm lấy bàn tay chồng, nàng vẫn nhìn sang Tuyên:

– Hay là anh xin cưới cô Oanh. Cưới cô Oanh và tìm thấy đứa con của anh. Ba người ở chung nhau tôi nghĩ anh sẽ là kẻ sung sướng tới hai lần.

Tuyên cúi đầu:

– Chắc cô ấy không chịu đâu. Gia đình cô ấy cũng chẳng bằng lòng bởi vì tôi là một kẻ không ra gì.

Người đàn bà phản đối:

– Nhưng cô ấy yêu anh mà. Yêu là xong tất cả.

Tuyên cúi đầu:

– Kể ra nếu được như thế thì đẹp thật.

Người đàn ông nói:

– Như thế là thế nào?

Tuyên giải thích:

– Là tôi khỏi bịnh, là tôi tìm được con tôi, là tôi cưới được cô Oanh, là ba chúng tôi vui vẻ ở chung với nhau…

Người chồng nhìn thẳng vào Tuyên cười:

– Đẹp! Đẹp lắm! Cậu nên có thêm một điều kiện nữa không? Thí dụ kèm theo cái hạnh phúc đó cậu lại trúng cá cặp mười tám triệu bạc… đông dương.

Người đàn bà lại nắm chặt bàn tay chồng:

– Anh đừng nói đùa nữa. Em thấy anh Tuyên đang có vẻ sung sướng. Chúng ta nên thành khẩn mong cho anh ấy đạt được như vậy.

Người đàn ông vẫn cười, nhưng nét mặt của chàng cũng thoáng một vẻ buồn tủi:

– Nhưng anh thấy là vô lý lắm. Cha nội Tuyên lẻo khẻo như thế kia mà lại có con trong khi anh khỏe mạnh như thế này lại chẳng có.

Người đàn bà nhìn Tuyên rồi nhìn chồng như so sánh, chợt nàng ôm chặt lấy ngang người chồng, nàng vùi đầu vào sau lưng chồng.

Người chồng cũng trở nên đờ đẫn. Họ im lặng rất lâu. Tuyên lẳng lặng bỏ đũa bát đứng lên, chàng cầm chiếc khăn lau miệng bước đi và nói:

– Để rồi tôi sẽ đi tìm đứa nhỏ. Tôi nghĩ rằng có thể nó có, tôi hy vọng sẽ tìm thấy nó. Và tôi sẽ mang về đây cho ông bà nuôi.

Chàng đến bàn nước cầm tách trà uống một ngụm nhỏ, xong quay nhìn lại phía bàn ăn, vợ chồng người bạn vẫn ôm nhau lẳng lặng. Tuyên nói:

– Còn các cậu nữa. Từ hồi nào đến giờ tôi chỉ nghe các cậu xía vào đời tư tôi, trong khi các cậu không lo liệu gì về vấn đề của các cậu cả. Các cậu hối thúc tôi đi tìm con tôi, sao các cậu không hối thúc các cậu đi tìm con các cậu mà lại ngồi ì đó ôm nhau mặt thộn ra.

Vợ chồng người bạn vẫn ngồi bất động. Tuyên nhìn hồi lâu bắt rùng mình, chàng có cảm giác như vừa nhìn ngắm một pho tượng đá mà chàng đã có lần thấy ở một bảo tàng viện.

Người đàn ông ngồi thẳng cứng cỏi và người đàn bà ngồi bên, nhoài sang ôm lấy người đàn ông, hai chân xõng xoài ra mềm mại. Cỗ tượng đá đó đã giữ Tuyên lại xem rất lâu, chàng đi vòng quanh ngắm nghía, chàng coi gần và dang ra xa. Cỗ tượng đá như có hồn, như sống trước mặt Tuyên. Và chàng đã như nghe thấy tiếng sụt sùi của người đàn bà, tiếng thở dài của người đàn ông. Hình ảnh đó làm Tuyên nhớ mãi.

Hôm nay trong một phút tình cờ, Tuyên bắt gặp vợ chồng người bạn trong một tư thế giống hệt như vậy. Sự vô tri đã có thể làm cho chàng tưởng là sự sống và sự sống cũng đã làm chàng tưởng là một vật vô tri.

Tuyên bỏ mặc cỗ tượng đá ôm nhau, chàng lấy tách nước trà vào phòng riêng đóng cửa. Tự dưng như bớt được sự nặng nề, tự dưng như thấy mình nhẹ nhõm. Tuyên đứng giữa phòng lắng nghe.

Căn phòng là một không gian nhỏ, ở đó Tuyên cô đơn nhưng cũng ở đó Tuyên được bình thản ngó lại chính mình. Ra ngoài căn phòng, Tuyên sẽ tiếp xúc sự cô đơn, vì thế có lúc bớt đi nhưng cũng vì thế sự phiền toái sẽ tới. Chàng nghĩ phải chi con người được tự do theo ý mình. Lúc nào cần kẻ khác sẽ ở chung với kẻ khác, lúc nào cần mình mình thôi sẽ được yên thân một mình. Nhưng sự đó chẳng thể có được. Mỗi người đều còn có trách nhiệm theo sau. Từ hồi nào đến nay Tuyên có lẩn tránh trách nhiệm đó nhưng lúc này chàng đã chẳng thể lẩn tránh được nữa.

Những ám ảnh nào đó sẽ có lúc ập tới bủa vây chàng, nó len lén có mặt ngay cả trong căn phòng riêng này, nó xâm nhập vào tận cùng óc não chàng. Tuyên biết rằng chàng đã được theo dõi bởi chính chàng.

Tuyên nằm vật xuống giường nghĩ tới những người đàn bà đã đi qua đời chàng. Và Tuyên ngủ thiếp đi trước những nụ cười ngày cũ.

Được một lát người đàn bà mở cửa phòng Tuyên ngó vào. Nàng đã mặc quần áo sửa soạn đi làm. Tuyên choàng thức dậy. Người đàn bà tươi thắm ở giữa khung cửa:

– Sao anh không thay quần áo nằm nghỉ cho thảnh thơi. Anh có công việc gì chiều nay đâu mà nằm ngủ xấu xí, khổ sở quá vậy. Lúc nào anh cũng như kẻ thấp thỏm vội vã, lúc nào cũng phập phồng chờ đợi.

Tuyên gãi đầu không nói, người đàn bà tiếp:

– Anh ở nhà ngủ cho khỏe nghe. Tụi tôi đi làm. A, còn vụ đi tìm anh tính bao giờ?

Tuyên vẫn không nói gì, người đàn bà giơ một ngón tay ra hiệu:

– Anh phải cố gắng đi tìm đó. Nếu thấy anh cho tụi tôi hay, sẽ giúp đưa nó về.

Tuyên gật đầu, người đàn bà dặn dò:

– Anh cứ làm như một cuộc thăm lại người xưa, vừa đi thăm vừa dò xét.

Tuyên lại gật đầu lia lịa, người đàn bà bước ra nói trước khi khép cửa lại:

– Ông bác sĩ nói một tuần nữa có thể định được bịnh của anh mà. Lúc đó có thể bắt đầu chữa trị. Thôi anh ở nhà nghe.

Cánh cửa khép lại. Tuyên chỉ còn một mình. Chàng trở về giường nằm xuống.

Đã năm ngày qua Tuyên không về nhà. Vợ chồng người bạn bắt đầu lo lắng. Họ điện thoại hỏi vài nơi quen thuộc với Tuyên, hy vọng Tuyên đến đó nhưng không đâu biết tin tức gì về Tuyên cả. Người chồng cười ha hả bảo vợ:

– Anh nói có sai đâu. Đúng là chàng ta đến nhà tình nhân cũ tìm con rồi không thấy có con gì cả biết đâu tình xưa nghĩa cũ nẩy nở trở lại, tiếng sét ái tình giáng xuống hai đứa lần thứ nhì rồi chúng nó mê lại nhau, chúng nó ở với nhau luôn quên cả tụi mình. Cha nội Tuyên quên cả tụi mình, quên cả tìm con, quên cả chữa bịnh, hà hà, còn lâu anh chàng mới trở lại. Trừ khi là cuộc tình lại tan vỡ.

Người đàn bà tư lự:

– Biết đâu anh Tuyên chả không gặp bạn bè, người quen hay họ hàng bà con gì rồi có công chuyện nên bận không về được.

Người chồng vẫn còn thích thú vì dự đoán của mình. Chàng giải thích cho vợ nghe:

– Em nói như vậy là không chỉnh. Dù có gặp ai, có công chuyện gì đặc biệt khẩn cấp, ông Tuyên cũng phải ghé về nhà hay ít ra điện thoại cho tụi mình biết. Đằng này biệt tăm năm ngày liền, anh hỏi em nếu không chui vào một cõi thiên thai nào đó, con người dễ gì quên hết được cả đường về. Anh cho là ông ấy ở nhà bà nào rồi.

Người vợ không nói mà chỉ nhìn xa xôi. Người chồng tiếp:

– Một cuộc đi tìm kỳ thú. Kẻ được tìm lẫn kẻ đi tìm đều chẳng thấy về.

Người đàn bà buông thõng:

– Một cuộc tìm kiếm kỳ cục thì có chứ kỳ thú gì. Ông ấy làm cho vợ chồng mình lo lắng mất ngủ.

Người chồng cười khan:

– Việc gì mà phải lo lắng, anh tin ở ý kiến của anh là đúng. Ông nội đó đang vui thú ở một chốn nào, mình mắc mớ gì mà lo cho mệt.

Người đàn bà nhăn nhó:

– Anh vô tâm quá. Anh quên là anh Tuyên còn nhiều việc phải thu xếp. Bác sĩ đang theo dõi bệnh của anh ấy. Bây giờ đi biền biệt như thế này không về rồi làm sao thuốc thang, có phải uổng công thầy thuốc không. Rồi thì bệnh vẫn còn đó.

Người chồng thấy vợ có lý bèn im, người đàn bà nói tiếp:

– Thật bực mình quá. Lỡ hết cả. Ông nội này thật hết chỗ nói.

Đột nhiên người đàn bà hoảng hốt:

– Này mình, hay là lỡ ông Tuyên ông ấy bị đụng xe?

Người chồng ầm ừ không nói. Khi nhìn thấy nét mặt vợ tái xanh, người đàn ông cầm tay vợ vỗ về:

– Đâu đến nỗi thế. Chắc ông Tuyên mải vui…

Người đàn bà gục vào ngực chồng:

– Mãi vui gì! Ông ấy lơ đãng lắm. Lang thang ngoài đường mà hồn để tận đâu đâu xe nó không đụng phải thì có lúc ông ấy đụng xe người ta. Anh à, hay là mình đi hỏi thăm các nhà thương xem.

Người đàn ông gật gù tiếp lời vợ:

– Dám lắm. Phải hỏi thăm cả ở quận cảnh sát và nhà xác nữa…

Người đàn bà ôm chặt ngang lưng chồng lay lay:

– Anh nói gì nghe ghê quá. Biết đâu ông Tuyên chỉ bị thương…

Người chồng vẫn ầm ừ:

– Bị thương? Hoặc chết? Xe nó đụng thì chết chứ bị thương gì.

Người đàn bà vuột ra khỏi vòng tay chồng:

– Vậy anh thử điện thoại hỏi thăm những nơi đó xem.

Người đàn ông ngả người ra ghế:

– Mà cũng vô lý. Nếu gặp những trường hợp đó nhà chức trách người ta đã báo cho mình biết vì tất cả các giấy tờ của xừ ấy đều ghi địa chỉ ở nhà mình.

Người đàn bà lúc đó lại gật gù cho là phải. Nàng băn khoăn không biết Tuyên ra sao. Người đàn ông vít đầu vợ xuống hôn dài. Khi hai người buông nhau, người đàn bà phàn nàn:

– Biết vậy mình đừng có bày đặt ra cái vụ đi tìm con, tìm cái, có lẽ ông Tuyên đã chẳng đi đâu. Mọi khi cả ngày ông ấy chỉ ở trong phòng có ra tới ngoài bao giờ.

Người đàn ông xua tay:

– Thôi bỏ chuyện đó đi. Hắn… lớn rồi. Em lo bao đồng sao được. Anh biết tính hắn mà. Ngày còn đi học hắn cũng đã có lần giở chứng như vậy. Hắn cũng đã lang thang đi ngủ ké nhà bạn bè hai ba ngày liền.

Người đàn bà vẫn nhăn nhó:

– Nếu ông ấy ngủ ở nhà bạn bè thì phải biết tin chứ, mình đã hỏi các bạn ông ấy rồi mà.

Người chồng lại mỉm cười ranh mãnh:

– Bạn bè của hắn làm sao mình biết hết được. Thí dụ

như lúc nãy anh nói đó, bạn gái ngày cũ của hắn anh đâu có biết ai vào với ai đâu mà hỏi thăm. Thành ra em cứ tin như vậy đi. Ông Tuyên hiện đang vui thú ở một chốn nào đó. Chỉ nay mai chán hắn lại mò về cho coi.

Người đàn bà trách móc:

– Anh chẳng lo gì cho bạn bè anh cả. Anh chỉ tìm những lý lẽ nào dễ dàng nhất để trốn việc cho khỏe. Ông Tuyên dầu sao cũng là bạn thân với anh từ nhỏ.

Người đàn ông nhìn quanh quất căn nhà:

– Ừ để rồi thủng thẳng anh đi tìm. Kể ra nhà này vắng mặt "ông nội" đó cũng thấy cô quạnh thật. Rộng quá.

Người đàn ông nói xong đột nhiên chớt nhả, nhảy tới bế bổng người vợ trên vai:

– Căn nhà rộng quá. Chúng mình phải thu hẹp cái không gian này lại trong một căn buồng.

Người đàn bà vùng vẫy. Người đàn ông dùng chân đẩy cánh cửa phòng ngủ mở rộng, bế vợ vào, quăng trên giường. Chàng cởi phăng chiếc áo vứt xuống đất hùng hổ:

– Thu hẹp cuộc sống trên một cái giường này thôi. Biết đâu mình sẽ chẳng lại sắp có con em hé.

Người đàn bà lăn mình trên đệm, né tránh sự phi thân của chồng. Nàng úp mặt trên gối ú ớ:

– Anh thật là vô tích sự.

Người chồng nhoài tới:

– Bảo đảm. Lần này bảo đảm mà em. Anh phải cho em biết khả năng của anh mới được. A lê hấp. Bắt đầu.

Lúc này Tuyên đã thực sự không còn hiện diện trong căn nhà đó.

Tuyên đã không còn hiện diện trong căn nhà của vợ chồng người bạn thực. Ngày tháng kéo dài. Vợ chồng người bạn đi tìm miết, chờ đợi miết rồi cũng đành thôi. Cuộc sống của họ khép kín lại với hai người. Hầu như họ quên cả Tuyên. Chỉ thỉnh thoảng nhân một tình cờ nào đó Tuyên được nhắc nhở tới, được đặt câu hỏi giờ này chàng ta ở đâu. Dĩ nhiên chẳng ai trả lời được và rồi câu chuyện lại chuyển sang hướng khác.

Mãi ba tháng sau, vợ chồng người bạn nhận được một lá thư của Tuyên. Nhìn phía ngoài bì thư vợ chồng người bạn đọc thấy tên người gửi có hàng số KBC kèm theo và con dấu in hàng chữ đỏ "Hoan hô luật người cày có ruộng". Vợ chồng người bạn mở ra đọc:

"*Thân mến gửi hai bạn,*

Bữa đó tôi nghe lời các cậu đi tìm kiếm đứa trẻ. Mọi lần ra phố tôi đều quá giang xe hơi của các cậu nên không sao. Nhưng lần đi một mình trên vỉa hè thành phố, tôi đã bị hỏi giấy.

Rồi họ đưa tôi về cơ quan và cho tôi biết tôi thuộc loại bất hợp lệ. Sau đó tôi được đưa đi nhập ngũ. Lúc đầu tôi cũng tưởng là rồi mình sẽ được về vì mình chắc gì đã đủ sức khỏe. Nhưng trung tâm cho biết, tôi sẽ được chuyển sang trại huấn luyện.

Trong suốt thời gian hai tháng quần quật ở trại huấn luyện khiến tôi ngất ngư trong cái hồ nghi là không biết mình có bệnh hay không, không biết mình khỏe hay yếu, không biết mình có chết vào thời kỳ ấn định ba năm nữa sau khi ra đơn vị hay là còn lâu. Ngất ngư như thế đến ngày kết thúc huấn luyện và được đưa ra đơn vị. Bây giờ thì tôi đang ở một đồn biên giới. Ngày đêm canh gác hoặc lội bộ trong rừng. Nhiều lần đã bắn nhau loạn lên.

Nhưng có một điều là tôi vẫn chẳng hiểu được tôi khỏe hay yếu, bệnh hay không bệnh. Tôi vẫn chẳng biết được bao giờ mình chết và chết bằng cách nào. Tôi đã bắt đầu muốn tin lời an ủi của các cậu rằng sức khỏe của tôi chẳng đáng lo ngại gì. Vậy nhân dịp này nhờ các cậu đến cáo lỗi với ông thầy thuốc đang coi bệnh dở dang cho tôi. Nhờ các cậu nói với ông ấy rằng tôi chẳng có bệnh gì cả, tôi là người đủ sức khỏe và chẳng thể chết bệnh, lại càng chẳng thể chết vào một lúc đã được ấn định. Xin ông ấy bỏ đi cho cái hồ sơ bệnh lý của tôi mà ông đang theo dõi. Tôi không có bệnh và có lẽ tất cả chúng ta đều chẳng ai có bệnh gì.

Đồn binh tôi đang ở được gọi là đồn biên giới nhưng tôi cũng chẳng thể nhận ra dấu hiệu nào là biên giới cả. Rừng núi mịt mùng và chỗ nào cũng giống chỗ nào. Có lẽ người ta chỉ nhận biết được ở trên bản đồ và bằng những con số tọa độ. Tôi thì chịu. Thật là khó khăn. Thật là nhiều thứ chúng ta chẳng phân biệt được. Nhiều thứ chúng ta chẳng thể biết rõ được. Nhất là sự sống và chết. Bởi nó đã lẫn lộn vào nhau, chằng chịt quá mất rồi.

Mong các cậu có với nhau một đứa con hơn là mong tôi tìm được một đứa trẻ nào đó mang về cho các cậu.

Thân mến,
Tuyên

Viết xong tại Sài Gòn ngày 6-6-70
Thảo Trường

Những Tác Phẩm
của Thảo Trường

Đã xuất bản tại Sài Gòn trước 1975:

- *THỬ LỬA* tập truyện, Tự Do, 1962
- *CHẠY TRỐN* truyện, Nam Sơn, 1964
- *NGƯỜI ĐÀN BÀ MANG THAI TRÊN KINH ĐỒNG THÁP* tập truyện, Trình Bày, 1966
- *VUỐT MẮT* truyện dài, Thể Hiện, 1969
- *CHUNG CUỘC* tập truyện, Trình Bày, 1968
- *BÊN TRONG* truyện dài, Trình Bày, 1969
- *TH.TRÂM* truyện dài, Gió, 1969
- *NGỌN ĐÈN* truyện dài, KCN, 1970
- *MÉ NƯỚC* truyện dài, Đồng Tháp, 1971
- *CÁNH ĐỒNG ĐÃ MẤT* truyện dài, Văn, 1971
- *BÊN ĐƯỜNG RẦY XE LỬA* truyện dài, Mây Hồng, 1971
- *NGƯỜI KHÁCH LẠ TRÊN QUÊ HƯƠNG* truyện dài, Đại Ngã, 1972
- *LÁ XANH* truyện dài, Phục Hưng, 1972
- *HÀ NỘI, NƠI GIAM GIỮ CUỐI CÙNG* tùy bút, Đại Ngã, 1973
- *CÁT* truyện dài, Như Ý, 1974

In ở hải ngoại:

- *TIẾNG THÌ THẦM TRONG BỤI TRE GAI* tập truyện, Tin, Paris 1995
- *CHẠY TRỐN* (tái bản) truyện, Nam Sơn, Canada 1995
- *ĐÁ MỤC* truyện, Đồng Tháp, USA 1998
- *TẦM XA CŨ BẮN HIỆU QUẢ* tập truyện, Quan San, USA 1999
- *MÂY TRÔI* tiểu thuyết, Đầm Sét, USA 2002
- *MIẾNG* tập truyện, Quyênbook , USA 2006
- *THỀM ĐÁ XANH RÊU* tiểu thuyết, Đầm Sét, USA 2007
- *THỬ LỬA* (tái bản) tập truyện, Việt Báo, USA 2007
- *NHỮNG MIẾNG VỤN CỦA TIỂU THUYẾT* tuyển tập, Người Việt, USA 2008
- *RỪNG TRÀM* tập truyện, Quan San, USA 2009
- *BÀ PHI* tiểu thuyết tập 1, Đầm Sét, USA 2009

Cùng một tác giả sẽ xuất bản:

- *CÂY BÔNG GIẤY TRƯỚC NHÀ* truyện dài
- *BÊN NGOÀI NGHĨA TRANG* truyện dài
- *BỐ CÁO THẤT TUNG* truyện dài
- *THÂN THỂ NGƯỜI TA* truyện dài
- *HƯ CẤU* tập truyện
- *NGƯỜI KHÁCH LẠ TRÊN QUÊ HƯƠNG* (tái bản) tiểu thuyết

ĐẶNG THƠ THƠ
Tôi Đọc Thảo Trường

(đọc trong ngày ra mắt Những Miếng Vụn của Tiểu Thuyết của Thảo Trường - 31/8/08)

Đọc sách là một hành trình riêng tư, mỗi người tiếp cận cuốn sách theo một cách khác nhau, đi vào những ngõ ngách khác nhau, những tầng lớp khác nhau. Theo Angela Carter (1940-1992), đọc một cuốn sách là cách tự viết lại cho mình. Chúng ta mang đến cuốn tiểu thuyết đó tất cả những gì đã đọc từ trước, lịch sử của mình, và kinh nghiệm của mình về thế giới. Chúng ta đọc một cuốn sách với những điều kiện riêng, theo cách mà mình muốn.

Với tôi, việc đọc *Những Miếng Vụn* của Tiểu Thuyết (NMVCTT) còn là một cách dựng lại cho mình một lịch sử cá nhân và ký ức tập thể chứa đựng cá nhân mình trong đó.

Tôi đi vào thế giới những miếng vụn của nhà văn Thảo Trường với tư thế một người đi truy lùng quá khứ. Tôi cầm trên tay cuốn sách này, quá khứ của nó nặng chĩu, hơn nửa thế kỷ. Nhà văn Thảo Trường, vốn sống của ông khủng khiếp, 17 năm vừa tham dự chiến tranh Việt Nam vừa sáng tác, 16 năm 4 tháng 4 ngày trong những trại lao tù khổ sai, 15 năm lưu vong ngoài quê hương để viết về những kinh nghiệm sống của mình. Ba yếu tố chính làm nền tảng và chủ đề cho mọi truyện ngắn và tiểu thuyết của ông là chiến tranh, lao tù và hội nhập.

Tôi đọc Thảo Trường trong tâm trạng một người đi thăm lại những nơi chốn của tội ác và mở lại hồ sơ những cái chết oan ức. Hồ sơ những cuộc đời bị tật nguyền, với những chấn thương vĩnh viễn trong những người còn sống.

Tôi đọc Thảo Trường đi thăm một hiện trường, đi thâu thập từng chứng cứ nhỏ nhặt nhất nhưng báo hiệu những phát hiện kinh hoàng nhất.

Tôi đọc Thảo Trường như một người Do Thái đi thăm lại những trại tập trung thời Đức Quốc Xã, như một người Nga sống qua thời Xô Viết nhớ lại những quần đảo ngục tù. Chỉ khác có một điều, những người Do Thái có một nơi chốn cụ thể để nhìn rõ tận mắt tội ác đã thực sự xảy ra với họ. Còn với tôi, nơi chốn mà tôi thăm viếng ấy không tồn tại như một hiện hữu xác thực. Chúng ta người Việt Nam chưa được cái may mắn có những di tích được bảo tồn như một chứng cứ, như trại tập trung Auschwitz và Birkenau ở Ba Lan, hay viện bảo tàng diệt chủng Toul Sleng ở Phnom Penh với những sọ người chồng chất để cả thế giới cùng nhìn, cùng chứng kiến, và cùng tưởng niệm. Đã có chưa một thứ tương tự, như một biểu tượng tinh thần, ngay trên đất nước Việt Nam về một cuộc chiến, về những nạn nhân của miền Nam, về những nạn nhân bị đàn áp của cộng sản Việt Nam nói chung? - Không có. Nó chỉ ở trong tâm tưởng và trong những hội chứng tâm lý hậu chiến tranh. Những chấn thương tâm lý sẽ ám ảnh mãi. Chừng nào một tội ác chưa được công khai hóa thì những cơn ác mộng vẫn tiếp tục tồn tại. Những trại giam người sau 1975, nơi đã giam giữ Thảo Trường và các đồng đội của ông, đồng nghiệp của ông, hiện nay đã được phi tang dấu tích. Những người tù đã nằm xuống ở một góc rừng nào đó, xương của họ đã hòa vào bụi đất. Và những người cai tù của một thời dã man nào đó, những lãnh đạo chỉ huy cuộc tàn sát tập thể dần mòn ấy cũng khoác những chiếc áo khác, đang đóng một vai trò khác trong tình hình thế giới hiện nay.

Thế giới đã xếp lại hồ sơ Việt Nam và tội ác cộng sản rồi chăng?

Có thể lắm. Chúng ta có những di tích thuyền nhân đang bị đập nát trên những hoang đảo để xóa sạch dấu tích cuộc vượt biển tang thương vĩ đại. Gần đây chúng ta còn có những đàn tràng giải oan để đánh bóng cho một chế độ đã và đang dựng nên những địa ngục trần gian kinh khiếp nhất ở quê hương. Thảo Trường, những nhà văn miền Nam, những người lính miền Nam đã sống trong cái địa ngục ấy, những địa ngục chưa được công khai toàn thế giới. Thứ địa ngục tồi tệ hơn tầng đầu địa ngục của Solzhenitsyn. Đó là thứ địa ngục thuộc vào tầng thấp nhất, nơi con người bị chính đồng loại mình đặt giá trị kém hơn súc vật (Đá Mục, Những Đứa Trẻ Đầu Thai Giữa Hàng Rào).

Tôi đọc Thảo Trường như đọc một bản cáo trạng viết từ địa ngục.

Một bản cáo trạng mỉa mai, chua xót, nhưng nhân bản. Một cái nhìn thấu đáo về chủ nghĩa cộng sản và tính chất "súc vật" của nó, như Thảo Trường nhận xét. Trong bản cáo trạng đó, thủ phạm đã phủi tay, gần như trắng án. Để đi tìm lại bóng dáng của những địa ngục đó, chỉ có cách thu lục những dấu tích còn tồn tại trong ký ức của những người còn sống sót. Trong lời khai của những nhân chứng.

Tôi đọc Thảo Trường như đọc lời khai của người chứng đầu tiên và cuối cùng.

Lời khai không thứ tự đầu đuôi, không mạch lạc hoàn chỉnh, không trọn vẹn 100% một câu chuyện. Có khi nó là 1%, có khi nó là 1000% câu chuyện. Lời khai của người chứng vì vậy giống những tuyến đường đi ngược chiều, đối nghịch, va chạm, phá hoại nhau.

Thảo Trường đã viết:

"Phải luôn luôn nhớ rằng hãy quên đi tất cả"

Câu này vừa ở đầu truyện, vừa tái hiện đều đặn trong Đá Mục. Mỗi lần ký ức làm nhân vật "ông lão" quặn đau, ông lại tự nhủ: Hãy quên đi tất cả.

Rồi trong một trả lời phỏng vấn với đài truyền hình VOCT, Thảo Trường nói: Tôi viết để "để đời".

Vậy thì, Thảo Trường muốn chúng ta quên đi hay muốn để lại cho đời những kinh nghiệm của mình?

Thế giới đang bước vào thế kỷ 21 với những vấn nạn mới, các cường quốc đang bày những ván cờ mới, những thế lực đang dàn xếp theo xu hướng mới. Phương Tây đã hầu quên đi nạn đói kinh hoàng những năm 1932-33, khi Stalin chọn phương pháp bỏ đói làm thứ vũ khí thầm lặng để diệt chủng một cách không tốn kém, và giết được nhiều người Ukraine hơn Hitler sau này giết người Do Thái. Người ta có thể thiên vị tội ác này hơn tội ác khác, không phải vì mức độ nặng nhẹ, mà vì lăng kính chính trị mình chọn. Một lý do nữa, thế giới có thể chọn nhớ một tội ác này lâu hơn một tội ác kia, vì hình ảnh mà nó phô bày trước mắt. Những người khuynh tả Bernard Shaw, Beatrice và Sidney Webb, và PM Edouard Herriot, tham quan Ukraine vào thời điểm 1932-33, đã tuyên bố đây là những tội ác dựng đứng. Shaw nói, "tôi chẳng thấy ai thiếu dinh dưỡng ở nước Nga." Walter Duranty, phóng viên tờ New York Times, được giải Pulitzer Prize với tường trình về Nga Sô, đã viết "những lời đồn về nạn đói chỉ là lối tuyên truyền độc địa." Hơn bảy triệu người đã chết chung quanh họ, nhưng họ chọn không nhìn thấy. Những văn khố mật ở Nga đồng nghĩa với sự quên lãng đáng sợ, những trại tù thời Xô Viết bị cấm vào. Không có hình ảnh để trưng bày, không có phim tài liệu về những nạn nhân - trong nền văn hóa nghe - nhìn hiện nay - cũng đồng nghĩa với không hiện hữu. Dầu vậy, lương tâm không cho phép chúng ta đem những bài học về Holocaust, về Gulag, về cuộc tàn sát Armenian, cuộc tàn sát Rwanda, cuộc chiến Bosnia, diệt chủng ở Cambodia, Cách Mạng Văn Hóa Trung Quốc so sánh với nhau và xếp hạng mức độ kinh hoàng của tội ác. Trước lịch sử mọi nạn nhân đều đồng hạng.

Con người thường chọn lựa điều họ muốn nhớ, theo cách mà họ muốn, và gọi đó là lịch sử. Nếu không cẩn thận, lịch sử được chọn lọc đó sẽ tái hồi, đời sống chúng ta sẽ trở nên những vùng rỗng không để lịch sử chạy lại mọi diễn biến và tàn phá không phân biệt, không chọn lọc một ai. Trong lời mở đầu cuốn Night, tác giả Elie Wiesel, người được giải Nobel Hòa Bình năm 1986, từ góc nhìn của một nạn nhân trong cuộc, đã giải thích lý do ông viết về kinh nghiệm diệt chủng dân Do Thái như sau:

"Tôi chỉ biết rằng, nếu không có lời chứng này, cuộc đời người viết của tôi - hay chỉ đơn thuần là một cuộc đời, chấm hết – sẽ không thể như hiện nay: một nhân chứng tin tưởng vào trách nhiệm đạo đức của mình trong việc ngăn cản kẻ thù đạt được chiến thắng cuối cùng là tẩy xóa vĩnh viễn tội ác của họ khỏi ký ức nhân loại."

Elie Wiesel đã định nghĩa hành động viết của ông, vừa với tư cách người còn sống sót, tác giả, người chứng, và người cảnh báo lương tri thế giới. Cũng như Wiesel, Thảo Trường không chấp nhận chuyện quên đi những kinh nghiệm và những nỗi đau của mình, cũng chính vì ý thức trách nhiệm đó, một trách nhiệm lớn lao hơn những ân oán cá nhân. Trong bài tham luận dành riêng cho trang mạng Hội Luận Văn Học, tôi đã viết: "Đối với người Việt nam, sau những lời kêu gọi hòa hợp hòa giải, sau những lời khuyên thức thời và những hứa hẹn rằng hãy quên đi quá khứ để vươn tới những tặng phẩm tương lai, họ vẫn không thể nào quên. Họ là những con người bị chấn thương - những vết thương không được nhìn nhận, không được chẩn đoán, không được chữa trị, sẽ không cách nào lành. Mức độ sưng tấy sẽ tiếp tục tỷ lệ thuận với thời gian. Người viết miền Nam Việt Nam, với kinh nghiệm chiến tranh, ngược đãi, tù đày, chết chóc, sau hơn 30 năm vẫn chưa có được cái may mắn của Wiesel để dõng dạc đứng lên làm chứng trước lương tâm thế giới. Cho đến giờ họ vẫn chỉ làm chứng với nhau, và với chính mình, và cố tìm ra ý nghĩa cho nỗi đau dai dẳng của mình. Để làm gì? Để như Wiesel nói: *Nhân chứng bắt buộc chính mình phải cung khai. Cho tuổi trẻ hôm nay, cho những đứa bé sẽ sinh ra ngày mai. Hắn không thể để quá khứ của hắn trở thành tương lai của những thế hệ sau.”*

Như vậy, nhà văn Thảo Trường, và những nhà văn cùng thế hệ với ông: Nhã Ca, Trần Dạ Từ, Duyên Anh, Doãn Quốc Sỹ…, cách thức họ viết như ướp đông ký ức, để giữ cho những lời chứng không hư hoại. Hãy lắng nghe những lời chứng đó. Những lời chứng có khả năng vươn tới những thế hệ sau và khả năng ngăn ngừa sự lập lại của lịch sử. Cũng chính là thứ lịch sử mà Karl Marx đã nói: *Lịch sử lập lại chính mình, lần đầu như một bi kịch, lần thứ hai như một trò hề.* Chừng nào tiếng nói của nhân chứng chưa được lắng nghe, còn bị làm cho câm lặng, còn bị đánh tráo bởi những ngụy tạo và sự thờ ơ hay thỏa hiệp, thì chừng đó công lý vẫn chưa được thiết lập. Hãy lắng nghe tiếng nói của nhân chứng: hồi ức day dứt một nhà văn, tiếng nói âm thầm giữa những dòng chữ, tiếng gõ phím về đêm, tiếng thì thầm giữa những bụi tre gai, tiếng của đá mục, tiếng của những cơn sốt, tiếng của những miếng vụn vỡ lấp lánh.

Trong mỗi miếng vụn của tiểu thuyết này, chúng ta nhìn thấy phản chiếu của trăm ngàn miếng vụn khác. Mỗi miếng vụn chứa đựng cái toàn thể đã bị vỡ vụn, là lịch sử VN, là thân phận người di dân lưu lạc phát tán trên thế giới. Đây là một cuốn tiểu thuyết trong một hình thức mới, có lẽ ngoài ý muốn tác giả, nhưng lại đạt một hiệu quả không ngờ.. Từ Người Đàn Bà Mang Thai trên Kinh Đồng Tháp viết năm 1964 đến Khẩu Hiệu, Những Đứa trẻ Đầu Thai giữa Hàng Rào, qua Mây Trôi, Đá Mục, Miếng, Ông Bồ, Từ Dưới Đỉnh Đồi Nhìn Lên Chân Núi, viết trong những năm gần đây… Tất cả những mảnh vỡ, những số phận, những cái chết, những vết thương, những nỗi đau, những sự mất mát… đều ám chỉ một điều lớn lao hơn đã xảy ra cho cả một dân tộc. Có thể trong trường hợp này, hình thức những miếng vụn là cách tốt nhất để kể một câu chuyện - cặn kẽ, chi tiết, phóng lớn, với từng lát cắt của da thịt của sự sống được phân tích giảo nghiệm kỹ càng. Với tất cả những phức tạp, chồng chéo, uẩn khúc của lịch sử; không cách nào soi rọi, mổ xẻ một hiện tượng tốt hơn bằng cách đập vỡ nó ra, để nhìn xuyên suốt nó, nhìn tận mặt khuất kín của nó, nhìn những thứ ẩn sâu dưới lớp sơn bên ngoài. Như khi tìm thấy ở hiện trường, một sợi tóc đủ để nói lên một câu chuyện, một cái móng tay đủ để tố cáo một tội ác; thì ở đây, trong mỗi miếng vụn của Thảo Trường chúng ta đều nhìn thấy một tổng thể, tuy đã khúc xạ, đã phân mảnh, đã phát tán, nhưng vẫn mang trong nó cấu trúc di truyền chung, của một thứ DNA chung của một định mệnh dữ dội đã đổ ập lên đầu dân tộc Việt Nam chúng ta.

Những mảnh vụn còn nói lên tính bất định và bất khả tín của những câu chuyện chiến tranh; không có một sự thực tuyệt đối, không có một chính nghĩa cố định, lại càng không có câu chuyện lịch sử chính thống do một giới cầm quyền nhân danh và đòi độc quyền yêu nước yêu dân tộc.

“Trong một cuộc nội chiến đường đạn bắn là vô hình; nó đi xuyên qua trái tim con người.” Saint-Exupéry đã viết trong *Cõi Người Ta như thế.*

Như Thảo Trường đã viết trong *Viên Đạn Bắn Vào Nhà Thục*, viên đạn này mang nhãn hiệu Mỹ nhưng nó có thể đến từ bất cứ phe nào, vì phe nào cũng xài thứ đạn ấy được.

Tôi hình dung đời sống của một người tên Trần Duy Hinh, bị những đường đạn vô hình bắn đến từ nhiều nòng súng, làm cho đời sống ấy bị vỡ toang hoác, thành những mảnh vỡ. Và từ những mảnh vỡ ấy, chúng ta có chân dung nhà văn Thảo Trường, tận tụy dùng những ngày còn lại trong đời, gom góp lại thành Những Miếng Vụn của Tiểu Thuyết.

Vì vậy, tôi đọc Thảo Trường như đọc một tự sự tiểu thuyết. Vì giọng kể nhất quán và cá tính mạnh mẽ xuyên suốt các tiểu phẩm/ mà cũng là chương hồi, tùy theo cách chúng ta đọc. Vì tính cách thiết thân, gắn bó hữu cơ giữa kinh nghiệm của người viết và câu chuyện của tác phẩm. Đây còn là một nhật ký văn chương, viết với công thức **99% sự thực + 99% hư cấu**, như ông đã nói. Hẳn thế, vì đời sống của nhà văn Thảo Trường và tác phẩm của ông là một. Vì ông là nhân chứng, và những lời kể của một nhân chứng chính là câu chuyện của đời họ và là lý do mà họ sống, lý do khiến họ không thể nào bỏ cuộc.

Thảo Trường viết để "để đời", ông đã nói như vậy. Cái để đời, tôi tin rằng không phải chỉ là một cái danh, mà là để đời một hay nhiều bằng chứng, trong tư thế người viết, chứng nhân, nạn nhân, người dấn thân trọn vẹn, và giữ được mình trọn vẹn đến bây giờ. Một sự toàn vẹn sau cùng của nhân cách, trớ trêu thay, lại hiện hình từ những miếng vụn đau thương trải nghiệm trong đời sống.

SATURDAY, AUGUST 28, 2010

MỤC LỤC

Nhân Ảnh
2024

Liên lạc tác giả
Thảo Trường
Email: thtruongbook@gmail.com

Liên lạc
Nhà xuất bản Nhân Ảnh
E.mail: han.le3359@gmail.com
(408) 722-5626

www.ingramcontent.com/pod-product-compliance
Lightning Source LLC
LaVergne TN
LVHW100038051026
849525LV00001B/150

* 9 7 9 8 3 3 0 4 3 4 8 2 4 *